பாளையங்கோட்டை
ஊர் வரலாறு

தொ. பரமசிவன்

ச. நவநீத கிருஷ்ணன்

நியூ செஞ்சுரி புக் ஹவுஸ் (பி) லிட்.,
41-பி, சிட்கோ இண்டஸ்டிரியல் எஸ்டேட்,
அம்பத்தூர், சென்னை - 600 050.
☎ : 044 - 26251968, 26258410, 48601884

Language: Tamil
Paalayankottai Oor Varalaaru
Authors: **T. Paramasivan**
S. Navaneetha Krishnan
N.C.B.H. First Edition: May, 2022
Copyright: Publisher
No. of pages: 48
Publisher:
New Century Book House Pvt. Ltd.,
41-B, SIDCO Industrial Estate,
Ambattur, Chennai - 600 050.
Tamilnadu State, India.
Email: info@ncbh.in
Online: www.ncbhpublisher.in
ISBN: 978 - 81 - 2344 - 260 - 0
Code No. A4613

₹ **50.00**

Branches

Ambattur (H.O.) 044 - 26359906 **Spenzer Plaza (Chennai)** 044-28490027
Trichy 0431-2700885 **Pudukkottai** 04322- 227773 **Thanjavur** 04362-231371
Tirunelveli 0462-4210990, 2323990 **Madurai** 0452 2344106, 4374106
Dindigul 0451-2432172 **Coimbatore** 0422-2380554 **Erode** 0424-2256667
Salem 0427-2450817 **Hosur** 04344-245726 **Krishnagiri** 04343-234387
Ooty 0423 - 2441743 **Vellore** 0416-2234495 **Villupuram** 04146-227800
Pondicherry 0413-2280101 **Nagercoil** 04652 - 234990

பாளையங்கோட்டை ஊர் வரலாறு
ஆசிரியர்கள்: தொ.பரமசிவன்
ச.நவநீத கிருஷ்ணன்
என்.சி.பி.எச். முதல் பதிப்பு: மே, 2022

அச்சிட்டோர்: **பாவை பிரிண்டர்ஸ் (பி) லிட்.,**
16 (142), ஜானி ஜான் கான் சாலை, இராயப்பேட்டை, சென்னை - 14
☎: 044-28482441

All rights reserved. No part of this book may be reprinted or reproduced or utilised in any form or by any electronic, mechanical, or other means, now known or hereafter invented, including photocopying and recording, or in any information storage or retrieval system, without permission in writing from the publishers.

பதிப்புரை

தமிழகத்தின் பழமைமிக்க பாளையங்கோட்டை எனும் ஊரின் வரலாற்றுப் பின்னணி, கல்வெட்டுச் சான்றுகள், கோட்டை இருந்த தடயங்கள் போன்ற விவரங்கள் இவ்வாய்வு நூலில் பேராசிரியர் தொ.பரமசிவன் அவர்களால் முன்வைக்கப்பட்டுள்ளன. கட்டபொம்மனுக்கு எதிராக கும்பெனியார் நடத்திய போர், நாட்டார் தெய்வங்கள் ஆகியவை பற்றிய தகவல்களும் இந்நூலில் இடம் பெற்றுள்ளன. பத்தொன்பதாம் நூற்றாண்டில், 'கல்வி நகரம்' என்ற பெயரைப் பெற்ற பாளையங்கேட்டை, அதற்குக் காரணமாய் அமைந்த கிறிஸ்தவ சமயப் பரப்புநர்கள் என ஏராளமான தகவல்களை உள்ளடக்கியுள்ளது இச்சிறுநூல். தொ.பரமசிவன் அவர்களுடன் இணைந்து இந்நூல் வெளிவர உதவி புரிந்திட்ட பேராசிரியர் ச.நவநீதகிருஷ்ணன் அவர்களுக்கு எமது நன்றி.

தமிழ்ச் சூழலில் கள ஆய்வு அடிப்படையில் தீவிரமாகச் செயல்பட்ட காலஞ்சென்ற பண்பாட்டு ஆய்வாளரான தொ.ப.வின் நூல்களை நியூ செஞ்சுரி புத்தக நிறுவனம் தொடர்ந்து வெளியிட்டு வரும் நிலையில் தற்போது இந்நூலை வெளியீடு செய்கிறது.

- பதிப்பகத்தார்

வரலாற்றுப் பின்னணி

பாளையங்கோட்டை ஒன்பதாம் நூற்றாண்டைச் சார்ந்த ஒரு கோட்டை நகரம். இந்நகரிலுள்ள பழைமையான கோயில்கள் கோபாலசாமி என்னும் கோபாலன் கோயிலும் திரிபுராதீஸ்வரர் என்னும் சிவன் கோயிலும் ஆகும். இவ்விரண்டும் ஆகம வழி கற்கோயில்கள்.

கோபாலன் கோயில் இப்பொழுது 'அழகிய மன்னார் ராஜகோபால சுவாமி' கோயில் என வழங்கப்படுகிறது. கருவறை இறைவனை வீரநாராயணர் என்று அழைக்கிறார்கள். கோயில் மேல்தளத்தில் இருந்த வேணாட்டரசர் காலத்தின் (16ஆம் நூற்றாண்டு) ஓவியங்கள் 2011இல் நடந்த குடமுழுக்குத் திருப்பணியின்போது அழிக்கப்பட்டுவிட்டன.

இக்கோயிலிலிருந்து கண்டெடுக்கப்பெற்ற 41 கல்வெட்டுகளே இவ்வூரின் பழைமையை அறிய நமக்குக் கிடைக்கும் சான்றுகள். இக்கல்வெட்டுகளில் சில வட்டெழுத்தில் அமைந்துள்ளது குறிப்பிடத்தக்கது.

இவற்றில் குறிப்பிட்டுச் சொல்லத்தக்கன முதலாம் இராசராசன் காலத்தைச் சேர்ந்த (கி.பி. 985-1014) ஏழு கல்வெட்டுகள் ஆகும். கி.பி.995இல் பாண்டிய நாட்டை வெற்றிகொண்ட முதலாம் இராசராச சோழன் அங்கு வழக்கிலிருந்த வட்டெழுத்துக்களை மாற்றிவிட்டுத் தமிழ் எழுத்துக்களை அறிமுகம் செய்தான் என்பது வரலாற்றறிஞர் ஏற்றுக்கொண்ட உண்மையாகும். இக்கோயிலில் முதலாம் இராச இராசன் தமிழ்க் கல்வெட்டு ஒன்றும் கிடைத்துள்ளது. எனவே இக்கோயில் பத்தாம் நூற்றாண்டில் பெரிய கோயிலாகத் திகழ்ந்தது.

கருவறை முதல் திருச்சுற்றின் மேற்குப் பகுதியில் அழகிய புடைப்புச் சிற்பங்களைக் கொண்ட தூண்கள் சில காட்சி அளிக்கின்றன. அவற்றில் இரண்டு, இராமாயணத்தைக் காட்சிப்படுத்தும் சிற்பங்களாகும். ஒன்று இராமன், இலக்குவன், சீதை மூவரையும் படகிலேற்றி குகன் கங்கையாற்றைக் கடக்கும் சிற்பமாகும். இக்காட்சியை திருமங்கை யாழ்வார் 'ஏழை ஏதிலன் கீழ்மகன்' என்னும் பாசுரத்திலும் கம்பர் 'ஆழநீர்க்கங்கை அம்பிகடாவிய' என்ற பாடலிலும் பாடியுள்ளனர். அடுத்த தூணிலுள்ள சிற்பத்தில் அசோகவனத்தில் துயரமே உருவாய் அமர்ந்திருக்கும் சீதையை அனுமன் பணிவுடன் தொழுதபடி நிற்கிறான். அந்தச் சிற்பத்தின் கீழ் தூணில் நான்கு வரிகளில் ஒரு வட்டெழுத்துக்

கல்வெட்டு அமைந்துள்ளது 'ஸ்வஸ்திஸ்ரீவாம அநித்த அடிகணம்பி இடுவிச்சிது. இத்தூணின் திருநாமம் ஸ்ரீ ஹனுமந்' என்பது அக்கல் வெட்டின் வாசகமாகும். எழுத்து அமைதியைக் கொண்டு பார்க்கும்போது, இந்த வட்டெழுத்துக் கல்வெட்டு கி.பி.ஒன்பதாம் நூற்றாண்டைச் சேர்ந்தது எனக் கல்வெட்டியல் அறிஞர்களான வெ.வேதாசலம், சொ. சாந்தலிங்கம் ஆகியோர் மதிப்பிடுகின்றனர். எனவே இக்கோயில் கி.பி.ஒன்பதாம் நூற்றாண்டில் கருவறையோடும் முதல் திருச்சுற்றோடும் அமைந்திருந்தது என்பதில் ஐயமில்லை.

இக்கோயில் எந்த அரசனால் எழுப்பப்பெற்றது என்பது அடுத்து வரும் கேள்வியாகும். இக்கோயிலின் திருப்பணி மலரில் இக்கோயிலை மணப்படை வீட்டிலிருந்த 'பல்கி மகாராஜா' கட்டினான் என்று வரலாற்று அடிப்படையற்ற செய்தி கட்டுரையாக வெளியாகியுள்ளது. கோயிலிலுள்ள அனைத்துக் கல்வெட்டுகளிலும் இவ்வூரின் பெயர் 'கீழ்களக் கூற்றத்து ஸ்ரீவல்லப மங்கலம்' என்றே காணப்படுகிறது. எனவே, இதுவே பாளையங்கோட்டை நகரத்தின் பழைய பெயராகும்.

கோயிலின் பெயர் எல்லாக் கல்வெட்டுகளிலும் 'வீரநாராயண விண்ணகரம்' என்றே காணப்படுகின்றது. விண்ணகரம், விஷ்ணுக்ருகம் (பெருமாள் கோயில்) என்பதைக் குறிக்கும் தமிழ்ச் சொல் ஆகும். அக்காலத்தில் சோழ, பாண்டிய மன்னர்கள் தாங்கள் கட்டிய கோயில்களுக்குத் தங்கள் பெயரை இட்டுக்கொள்வதே வழக்கமாக இருந்தது. தஞ்சை ராஜராஜேஸ்வரம், கங்கைகொண்ட சோழீஸ்வரம், ஆற்றூர் அரிஞ்சிகை (அரிஞ்சய சோழன்) ஈஸ்வரம் ஆகியன இதற்கு எடுத்துக்காட்டுகள். அந்த வகையில் 'வீரநாராயண விண்ணகரம்' எனக் குறிக்கப்படும் கோபாலன் கோயில் 'வீர நாராயணன்' என்னும் பெயருடைய மன்னன் ஒருவனால் எழுப்பப்பட்டிருக்க வேண்டும். அப்படியானால் கருவறை இறைவன் திருப்பெயரும் வீர நாராயணர் என்றே இருந்திருக்க வேண்டும். கி.பி.பதினாறாம் நூற்றாண்டு வரை இந்தப் பெயரே நிலைத்திருக்கின்றது. அதன் பிறகு வைதீகப் பார்ப்பனர்கள் இறைவன் பெயரை 'வேத நாராயணர்' என மாற்றிவிட்டனர்.

அடுத்து யார் இந்த வீரநாராயணன் என்ற கேள்வி எழுகின்றது. பராந்தக வீரநாராயணன் என்று வரலாற்று ஆசிரியர்கள் குறிப்பிடும் மன்னனாகவே இவன் இருக்க வேண்டும். இவன் கி.பி.863இல் முடிசூடி கி.பி.904 வரை அரசாண்டவன்.

இவனது அண்ணனாகிய இரண்டாம் வரகுணன் (மாணிக்க வாசகரின் சம காலத்தவன்) தன் தந்தையின் பெயரில்

(இப்பொழுது கங்கைகொண்டான் என வழங்கப்படுகிற) ஊரினை எடுப்பித்து அவ்வூருக்கு ஸ்ரீவல்லபமங்கலம் என்று பெயரிட்டான். தம்பி எடுப்பித்த கோயிலும் ஊரும் பின்னர் அதே பெயரைப் பெற்றன.

கங்கைகொண்டான், முதலாம் இராசேந்திரனின் பேரன் காலத்தில் தான் கங்கை கொண்ட சோழச் சதுர்வேதி மங்கலம் என்ற பெயரைப் பெற்றதாகக் கல்வெட்டறிஞர் குடந்தை என். சேதுராமன் குறிப்பிடுகிறார்.

பராந்தக வீரநாராயணனின் தந்தை பராந்தக நெடுஞ் சடையன் ஸ்ரீ மாறன் ஸ்ரீவல்லபன் ஆவார். தன் தந்தையின் பெயரையே இவ்வூருக்கும் இம்மன்னன் இட்டிருக்கிறான். இவன் இரண்டாம் வரகுணனின் தம்பி ஆவான். இரண்டாம் வரகுணன் அரசுப் பதவியைத் துறந்து சைவனாக ஆன்மிக வழியில் சென்றதால் இவன் மன்னன் ஆனான். இந்தச் செய்தியைப் பாண்டியர்களின் தளவாய்புரத்துச் செப்பேடு பதிவு செய்கிறது. இம்மன்னன் மதுரையிலிருந்து ஆளாமல், பாண்டிய நாட்டின் தென்பகுதியை ஆட்சி செய்திருக்கிறான். நெல்லை மாவட்டம் மானூருக்கருகில் உக்கிரங்கோட்டை என்னும் இடத்திலிருந்து அழிந்து போன கோட்டையினையும் இவனே கட்டியிருக்க வேண்டும். கயத்தாற்றுக்கு அருகிலுள்ள தளவாய்புரம் ஊரில் கண்டெடுக்கப்பெற்ற இச்செப்பேடு, ஆசூர் என்ற நாட்டைக் குறிப்பிடுகிறது. ஆசூர் என்ற ஊர் கயத்தாற்றுக்கருகில் இன்றும் உள்ளது. இவன் தந்தை ஸ்ரீமாறன் ஸ்ரீவல்லபனே தென்பாண்டி நாட்டின் எல்லையிலிருந்த ஆய்குல மன்னர்களை அடக்கியவன். தன் தந்தையின் நினைவாகவே மன்னன் இவ்வூருக்கு ஸ்ரீவல்லபமங்கலம் எனப் பெயரிட்டுள்ளான்.

நெல்லை மாவட்டம் சேரன்மாதேவியில் மூன்று கருவறையுடன் கூடிய (அஷ்டாங்க விமானம்) இராமசாமி கோயில் உள்ளது. இப்பெருமாள் கோயிலையும் இவனே கட்டியிருக்க வேண்டும் எனத் தோன்றுகிறது. ஏனென்றால் அந்தக் கோயிலிலும் இறைவன் பெயர் வீரநாராயணன் என்றே கூறப்படுகிறது.

அதுபோலவே உக்கிரங்கோட்டைக்கு அருகிலுள்ள வீராணம் என்ற ஊரும் இம்மன்னன் பெயராலேயே அமைந்திருக்க வேண்டும்.

முதலாம் இராசராசசோழன், சுந்தரபாண்டியன், பிற்காலச் சேர மன்னனான பூதல வீரஉதய மார்த்தாண்டன் ஆகிய தமிழ் மூவேந்தர்களின் கல்வெட்டுகளும் இக்கோபாலன் கோயிலில் இருப்பது தனிச்சிறப்பாகும்.

கோபாலன் கோயில் கல்வெட்டுகளிலிருந்து இந்நகரின் பழைமையை அறிய சில அரிய செய்திகள் நமக்குக் கிடைக்கின்றன.

இந்நகரைச் சுற்றி ஒரு கோட்டை அமைந்திருந்தது ஆங்கிலேயர் ஆவணங்களால்தான் நமக்குத் தெரிய வருகின்றது. அதைப் பற்றிய ஒரு சிறு குறிப்புக்கூட நேரடியாகவோ மறைமுகமாகவோ இந்தக் கல்வெட்டுகளில் காணப்படாதது வருத்தமளிக்கும் செய்தியாகும்.

பிற்காலப் பாண்டியர் கல்வெட்டுகளில் "திருமேற் கோயில் வல்லபர் விண்ணகரம்" என்ற தொடர் காணப்படுவதால் இக்கோயிலின் மேற்கருவறை இக்கோயிலின் தோற்றக் காலத்தில் எழுப்பப் பெறவில்லை, பிற்காலத்தில்தான் எழுப்பப்பட்டது எனத் தெரிகிறது.

இவ்வூர் நஞ்சை நிலங்களுக்கு இன்றுவரை பாசனம் அளித்து வரும் வாய்க்கால் பாளையங்கால்வாய் என்றழைக்கப்படுகிறது. கி.பி. 1010ஆவது ஆண்டில் எழுந்த முதலாம் இராசராசனின் கல்வெட்டில் 'நாரத வாய்க்கால்' என்று இது அழைக்கப்படுகிறது. அருகிலுள்ள குறிச்சி சொக்கநாதர் கோயில் கல்வெட்டும் இவ்வாய்க்காலை இதே பெயருடன் குறிப்பிடுகிறது. எனவே இந்த வாய்க்கால் ஆயிரம் ஆண்டுகளுக்கு முன்னதாக வெட்டப்பட்டிருக்க வேண்டுமென்று உறுதியாகத் தெரிகிறது. கல்வெட்டுகள் இந்த நிலப்பகுதியைக் 'கீழ் களக்கூற்றம்' என்று குறிப்பிடுகின்றன. இது அக்காலத்திய வருவாய்ப் பிரிவு ஆகும். இந்த வருவாய்ப் பிரிவில் சீவலப்பேரி, முரப்பநாடு, மணப்படை வீடு, பாலாமடை, உதயநேரி ஆகியவை உட்கடையாக அமைக்கப் பெற்றிருக்கின்றன. இக்கோயிலிலுள்ள மற்றொரு கல்வெட்டு இரண்டாம் வடக்குத் தெருவில் இரண்டு சிறகுகளிலும் (வரிசையில்) வீடுகள் அமைக்கப்பட்டுள்ளதைத் தெரிவிக்கிறது. இன்னுமொரு கல்வெட்டு இவ்வூர் 'வடபிடாகை சுந்தரபாண்டிய நல்லூர் இருக்கும் படை வீட்டில்' என்று குறிப்பிடுவதால், இப்பொழுது வடக்குப்படைத் தெரு என்று குறிப்பிடப்படும் நகரின் வடக்குப் பகுதியில் படைவீடு அமைந்திருந்தது தெரிய வருகிறது. பொதுவாக, படைகள் அல்லது படை வீடுகள் நீர்க்கரைகளை ஒட்டியே அமைக்கப்பெறும். அந்தவகையில் வடக்குப்படைத் தெருவின் வழியாக ஓடும் நாரத வாய்க்காலின் கரையில் இந்தப் படைவீடு அமைக்கப்பட்டிருக்க வேண்டும். அந்த நிலப்பகுதிக்கு இன்றும் பெரியபாளையம் என்ற பெயர் அமைந்திருப்பது குறிப்பிடத்தகுந்தது.

ஒவ்வொரு கோட்டையிலும் வடக்கு வாயிலில் 'வடவாயில் செல்வி' என்ற பெயருடன் ஓர் அம்மன் கோயில் அமைக்கப்படுவது வழக்கம். வடக்குப்படைத் தெருவில் அமைந்துள்ள முப்பிடாரி அம்மனே பாளையங்கோட்டையின் வடவாயில் செல்வியாக இருக்க வேண்டும். கோபாலன் கோயிலின் வடபுற நிலைக்கல்லில் விசயநகர

அரசமரபைச் சார்ந்த சதாசிவ தேவமகாராயரின் கல்வெட்டு காணப்படுவதால், இக்கோயில் இராசகோபுரம் அவரது காலமான கி.பி.பதினாறாம் நூற்றாண்டில் எடுக்கப்பட்டிருக்க வேண்டுமென்று தெரிகிறது.

இராசகோபுரத்தை அடுத்து உட்புறமாக வடபக்கத்தில் வாகன மண்டபம் உள்ளது. கோயில் கட்டடக்கலை மரபை நன்கு அறிந்தவர்களுக்கு இது பிற்காலப் பாண்டியர் பாணியில் கட்டப்பட்ட கல்யாண மண்டபம் என்பது தெரியவரும். கோயில் கருவறையில் இராசராசன், சுந்தரபாண்டியன், விக்கிரமபாண்டியன் ஆகியோரது கல்வெட்டுகள் காணப்படுகின்றன என்றாலும் இக்கோயில் கருவறையில் மகாமண்டபம் (இப்பொழுது அடியவர் நின்று இறைவனை வணங்கும் பகுதி) பதினாறாம் நூற்றாண்டில் உதயமார்த்தாண்டன் என்னும் சேர மன்னனால் புதுப்பித்துக் கட்டப்பட்டது தெரிகிறது. இந்த முன் மண்டபத்தின் தென்புறச் சுவரில், வெளிப்புறமாக அவனது பெயருடன் ஒரு கல்வெட்டு காணப்படுவது இதற்குச் சான்றாகும். வென்று மண் கொண்ட பூதல வீர உதயமார்த்தாண்டவர்மா என்னும் பெயருடைய இப்பிற்கால வேணாட்டு மன்னன் தாமிரபரணிக் கரையிலுள்ள நிலப் பகுதி முழுவதையும் கைப்பற்றி இருக்கிறான். களக்காட்டில் ஒரு கோட்டையினையும் அரண்மனையினையும் கட்டியிருக்கிறான். தாமிரபரணி கரையினைக் கைப்பற்றுவது வேணாட்டு மன்னர்களின் நீண்ட நாள் கனவாகும். இம்மன்னனது கலைப்பாணி மணப்படைவீடு, திருவைகுண்டம், ஆழ்வார்திருநகரி, ஆத்தூர், திருச்செந்தூர், திருக்குறுங்குடி, மன்னார்கோயில், திருப்புடைமருதூர் ஆகிய ஊர்க்கோயில்களில் காணப்படுகிறது. காயல்பட்டினத்திலுள்ள பழைய பள்ளிவாசலும் இம்மன்னன் பெயரால், 'உதயமார்த்தாண்டப் பெரும்பள்ளி' என்றழைக்கப்பட்டுள்ளது.

கோபாலன் கோயிலில் கி.பி.1450இல் எழுந்த விட்டலதேவ மகாராயர் கல்வெட்டில்தான் நாச்சியார் ஸ்ரீவல்லபநாச்சியார் என்று இறைவியின் பெயர் முதன்முதலில் காணப்படுகிறது. அதேபோல அக் கல்வெட்டில் இறைவன் பெயர் நயினார் அழகிய மன்னார் என்றும் வருகிறது. கொல்லம் 701 (கி.பி. 1526)இல் வெட்டப்பட்ட ஒரு கல்வெட்டில் 'ஸ்ரீவிருந்தாவன ஆழ்வார் கோயில்' என்று ஒரு குறிப்பு உண்டு. இந்தப் பெயரோடு, இராச கோபுரத்தை அடுத்து உட்புறமாகத் தென்பகுதியில் ஒரு சந்நிதி அமைந்திருக்க வேண்டும். இவ்வாறு விருந்தாவன ஆழ்வார் (பிருந்தாவன கிருஷ்ணன்) சந்நிதியைக் கோயிலுக்குள் அமைக்கும் மரபு (யாதவர்கள் மிகுந்த பகுதியில்)

விசயநகர மன்னர்களின் வழக்கமாக இருந்து வந்துள்ளது. இக்கோயிலின் 1918இல் எழுந்த ஒரு கல்வெட்டு ‘மலையாள மகாராசா பசுப்புற சூப்பிரண்டு பலவேசக் கோனார்’ என்பவரைக் குறிப்பிடுகிறது. எனவே அக்காலம்வரை இக்கோயிலில் ஒரு பசுமடம் (கோமடம்) இருந்த செய்தியும் தெரியவருகிறது.

கல்வெட்டில் காணாத புதுமை

இக்கோயில் கருவறையில் வடபுற அதிட்டானத்தில் உள்ள ஒரு கல்வெட்டு இராசராசதேவனின் பதினைந்தாம் ஆண்டில் (கி.பி. 1010) நடந்த ஒரு நிகழ்வினைக் குறிப்பிடுகிறது, ‘புகுந்து ஊர் அழிப்போமென்று பிராமணரைப் படைகளம் பறிக்க பிராமணிகள் தாலியும் காது மறுத்துக் கவரா நிற்கக் கவராமல் பட்ட வள்ளுவன்’ என்கிற செய்தியைக் குறிப்பிடுகிறது. அதாவது ஏதோ ஓர் அரசனின் படை கோட்டைக்குள் புகுந்திருக்கிறது. ஊரை அழிக்க முயன்று அதன் விளைவாகப் பிராமணரைத் தாக்கி பிராமணப் பெண்களின் தாலியையும் காதுகளையும் அறுத்திருக்கிறது. தமிழக வரலாற்றையும் கல்வெட்டுகளையும் அறிந்தவர்களுக்கு இது அதிர்ச்சியூட்டும் செய்தியாகும். ஏனென்றால் தமிழகக் கல்வெட்டுகளில் பெரும்பாலானவை பிராமணர்களுக்குத் தரப்பட்ட தானங்களைப் பற்றியே பேசுகின்றன. மங்கலம், சதுர்வேதி மங்கலம், கிராமம் என முடியும் ஊர்ப் பெயர்களெல்லாம் பிராமணர் களுக்கு வழங்கப்பட்ட நில தானத்தைப் பற்றியே பேசுகின்றன. பிராமணர்கள் அரசனைவிட உயர்ந்தவர்கள் என்னும் கருத்து சங்ககாலம் தொட்டே தமிழகத்தில் நிலவிவந்திருக்கிறது. அரசனின் தலை பிராமணர்கள் முன் மட்டுமே தாழ்ந்து நிற்கும் என்று ஒரு சங்கப்பாடல் குறிப்பிடுகிறது. ‘நின் முன்னோர் பார்ப்பார் நோவன செய்யார்’ என்று அரசனுக்கு எடுத்துரைக்கிறது ஒரு சங்கப்பாடல். தமிழ்நாட்டில் இதுவரை அறியப்பட்ட பல்லவ, சோழ, பாண்டியர் செப்பேடுகள் அனைத்தும் பிராமணர்களுக்கு அளிக்கப்பட்ட நில தானம் பற்றியே பேசுகின்றன. இத்தனை உயர்வாகப் பேசப்பட்ட பிராமணர்களும் அவர் வீட்டுப் பெண்களும் தாக்கப்பட்டனர் என்பதே அதிர்ச்சி தரும் செய்தியாகும். பகைவர் நாட்டை வென்றபின்கூட அந்நாட்டுப் பெண்களின் தாலியையும் காதினையும் அறுக்கும் கொடுமை தமிழ்நாட்டில் இல்லை. பிராமணர் சொத்துக்களைப் பறிப்பது மிகப்பெரிய பாவம் என்று கல்வெட்டுகளும் செப்பேடுகளும் குறிப்பிடுகின்றன.

அந்தக் காலத்தில் அந்த நிகழ்வின்போது இந்தக் கொடுமையைத் தடுக்க ஒருவன் முயன்றிருக்கிறான். அவன் பெயர் வள்ளுவன்

மாணிக்கன் மணியன்னான கவறை இகற்சி மயில் ஒப்பன் ஆகும். அவனும் கொல்லப்படுகிறான். பொதுநலத்திற்காக இறந்த வீரர்களுக்கு அக்காலத்தில் இரத்த காணிக்கை நிலம் கொடுக்கும் வழக்கம் உண்டு. தமிழில் அதனை உதிரப்பட்டி நிலம் என்று கூறுவர். முதலாம் இராசராசன் ஆளத் தொடங்கிய பதினைந்தாவது வருசத்தில் (கி.பி. 1010) மணியன் ஒப்பனுக்கு உதிரப்பட்டி நிலம் வழங்கப்பட்டுள்ளது. எனவே இந்த நிகழ்வு அதற்குச் சற்று முந்திய காலத்தில் நடந்திருக்க வேண்டும் என்று தோன்றுகிறது. இப்பொழுது அடுத்த கேள்வி எழுகிறது. ஊரழிப்போம் என்று வந்த படை யாருடையது? அது வேணாட்டுப் படைகளாகவே இருக்க வேண்டும் என்பது உறுதி. ஏனென்றால் மு லாம் இராசராசனுக்கு முந்திய பாண்டிய மன்னர்கள் அனைவரும் வேணாட்டு அரசர்களைப் படையெடுத்துத் தோற்கடித்து வந்தனர். இக்கோயிலைக் கட்டிய பராந்தக வீரநாராயண பாண்டியனின் தந்தை ஸ்ரீமாறன் ஸ்ரீவல்லபன் ஆய்குல மன்னனைத் தோற்கடித்ததோடு கொல்லவும் செய்தான். எனவே படையெடுத்து வந்து ஊரழிக்க முயன்ற படை, பழிக்குப் பழியாகவே வந்திருக்க வேண்டும். படையெடுத்து வந்த மன்னன் பார்த்திப சேகரபுரம் செப்பேட்டை வெளியிட்ட ‘கோக்கருநந் தடக்கனாக’ இருக்க வேண்டும்; அல்லது அவனை அடுத்துவந்த மன்னனாக இருக்க வேண்டும்.

தமிழ்நாட்டில் இதுவரை 28,000 கல்வெட்டுகள் வரை அறியப் பட்டுள்ளன. அவற்றில் இதுவரை ஒரு கல்வெட்டில்கூட பிராமணப் பெண்கள் மீது வன்முறை ஏவப்பட்டதாகவோ தாலியும் காதும் அறுக்கப்பட்டதாகவோ செய்தி இல்லை. (இந்நூலாசிரியருக்கு ஏற்பட்ட ஐயப்பாடு காரணமாக அவரும் கல்வெட்டு அறிஞர் சொ.சாந்தலிங்கமும் நேரில் சென்று இக்கல்வெட்டைப் படித்தறிந்தே மேற்படி செய்தியினை ஏற்றுக்கொண்டனர்.)

மணியன் ஒப்பனுக்கு உதிரப்பட்டியாக திருவரங்கநேரி குளத்தடியில் நிலம் வழங்கப்பட்டுள்ளது. திருவரங்கநேரி என்று இக்கல்வெட்டில் குறிப்பிடப்படுவது இப்பொழுது மூளிக்குளம் என்ற பெயரால் வழங்கப்படுகிறது. பாளை சிவன் கோயிலில் கிடைக்கும் ஒரே ஒரு முழுமையான கல்வெட்டில் ‘தண் பொருந்தத்தின் தென்கரை மேல்மலைத் திருவரங்கநேரி’ என்று மூளிக்குளம் குறிப்பிடப்படுகிறது.

தாமிரபரணி நதியின் பழைய பெயர் தண்பொருந்தப் பேராறு என்பதாகும். பேராற்றங்கரையமர்ந்த செல்வி அம்மனே ‘பேராற்றுச் செல்வி’ எனப் பெயர் பெற்றாள்.

கோபாலன் கோயிலுக்குக் கிழக்காகச் சற்றுத் தள்ளி திரிபுராந்தீசர் ஆலயம் (திரிபுராந்தகர்-முப்புரம் எரித்த சிவபெருமான்) அமைந்துள்ளது. இக்கோயில் கருவறையில் கிடைத்துள்ள முதலாம் இராசராசன் கல்வெட்டு, 'இக்காளாபிடாரியார் கோயில்' எனக் குறிக்கிறது. சிவபாத சேகரன் எனப் பெயர் சூட்டிக் கொண்ட மாமன்னன் முதலாம் இராசராசனுக்கு சிவபெருமானின் திரிபுராந்தக மூர்த்தம் (வடிவம்) மிகப் பிடித்தமான ஒன்றாக இருந்ததை வரலாற்றறிஞர்கள் கூறுவர். இக்காளாபிடாரியார் கோயிலுக்கு இருமாவரை நிலம் இறையிலியாகத் தரப்பட்டுள்ள செய்தி இக்கல்வெட்டில் காணக்கிடைக்கிறது. எனவே இந்தச் சிவன் கோயில் தொடக்கத்தில் காளாபிடாரியார் (கொற்றவை) கோயிலாக இருந்து, பின்னர் சிவன் கோயிலாக (திரிபுராந்தக ஈஸ்வரர் கோயிலாக) மாற்றப்பட்டுள்ளது எனக் கொள்ளலாம். இது தவிர, இக்கோயிலில் கிடைத்துள்ள பதினொரு துண்டுக் கல்வெட்டுகள் ஒன்றில்கூட கோயில் இறைவன் பெயர் காணப்படவில்லை. இக்கோயிலிலுள்ள கோமதி அம்மன் சந்நிதியானது கேரள கலைப்பாணியில் கட்டப்பட்டுள்ளதால் இது சேர மன்னன் உதயமார்த்தாண்டன் ஆட்சிக் காலத்தில் (கி.பி. பதினாறாம் நூற்றாண்டு) கட்டப்பட்டிருக்க வேண்டும் எனத் தோன்றுகிறது.

இது தவிர, இப்போதுள்ள தலைமை அஞ்சலகக் கட்டடத்தின் பின்புறம் (பழைய அலுவலகம் இருந்த இடத்தில்) விசயநகர காலத்தில் சிவன் கோயில் ஒன்று இருந்து பின்னர் அது அழிந்திருக்க வேண்டும். இக்கோயிலுக்குரிய இரண்டு அழகான நந்திகள் தற்போது தலைமை அஞ்சலக வாயிலில் நிறுத்தப்பட்டுள்ளன.

சிவன் கோயிலில் இம்மாற்றம் முதலாம் இராசராசன் காலத்திலேயே நடந்திருக்க வேண்டும். ஏனென்றால் சிவ மூர்த்தங்களிலே முப்புரம் (திரிபுரம்) எரித்த திரிபுராந்தக மூர்த்தமே இராசராசனால் பெரிதும் கொண்டாடப்பெற்றது. சேர, சோழ, பாண்டிய மூன்று மண்டலங்களையும் வென்றதால் அவன் தானே மும்முடிச் சோழன் என்று பெயர் சூட்டிக் கொண்டான். அவன் கட்டிய தஞ்சைக் கோயிலிலும் திரிபுராந்தக மூர்த்தம் சிறப்பிடம் பெறுவதைக் கலையியல் அறிஞர்கள் குறிப்பிட்டுள்ளனர். இக்கல்வெட்டில்தான் தண் பொருநத்தின் தென்கரை மேல்மலைத் திருவரங்கநேரி என்ற பெயர் காணப்பெறுகிறது. மேல்மலைத் திருவரங்கன் என்பதனாலே இவன் வேணாட்டைச் சார்ந்தவன் என்று ஊகிக்கலாம்.

கோட்டையும் நகரமும்

பாளையங்கோட்டை என இப்பொழுது அறியப்படும் இந்நகரத்தில் கோட்டை ஒன்று இருந்ததற்கான தடயங்கள் மட்டுமே எஞ்சியுள்ளன. பெரும்பாலும் அழிந்த நிலையிலிருந்த இக்கோட்டையினை நேரில்

கண்டவரான அறிஞர் இராபர்ட் கால்டுவெல் இக்கோட்டை உட்புறச் சுவரும் வெளிப்புறச் சுவருமாக இரட்டைச் சுவர்களைக் கொண்டிருந்ததாக எழுதுகிறார். இதனைத் தவிர, இவ்வூரில் பிறந்து வளர்ந்த இந்நூலாசிரியர் கள ஆய்வின் வழி கண்டுணர்ந்த செய்திகளே இவ்வியலில் இடம் பெறுகின்றன.

நீள் செவ்வக வடிவில் அமைக்கப்பட்டிருந்த இக்கோட்டையின் கிழக்கு வாசலில் இப்பொழுது அரசு அருங்காட்சியகம் அமைந்துள்ளது. இதன் தரைத்தளப் பகுதி ஒரு கல்கட்டுமானம் ஆகும். கோட்டையின் மேற்கு வாசல் முப்பது அடி உயரத்தில் இன்றும் அழியாமல் நிற்கின்றது. இதன் மேல்தளத்தில் குற்றப் பிரிவு காவல் நிலையம் அமைந்துள்ளது. தெற்கு வாசல் இப்பொழுதுள்ள சேவியர் உயர்நிலைப் பள்ளிக்கும் கல்லூரிக்கும் நடுவே அமைந்திருந்தது. இதற்கு மேற்குப் புறமாக மாவட்ட மைய நூலகம் அமைந்துள்ள இடத்தில் இன்னொரு கொத்தளமும் கட்டபொம்மன் சிலை அமைந்துள்ள இடத்தில் ஒரு கொத்தளமும் அமைந்திருந்தன. கோட்டையின் வடக்கு வாசலும் கொத்தளமும் இருந்த சந்தைப் பகுதியில் அதன் சுவடுகள் காணப் படவில்லை. சேவியர் கல்லூரி முன்புறமுள்ள சாலையில் கோட்டைச் சுவரின் அடித்தளம் காணப்படுகிறது.

மேலவாசலில் படைவீரர்கள் தங்குவதற்குரிய காவல்கூடம் ஒன்று இருந்தது. இந்தக் காவல்கூடமே இப்பொழுது பிரசன்ன விநாயகர் கோயிலாக மாற்றப்பட்டுள்ளது. கோயிலுக்கு முன்னுள்ள சாலையின் நடுப்பகுதியில் படை வீரர்களின் பயன்பாட்டிற்குரிய ஒரு கிணறு கண்டறியப்பட்டது. கீழ்வாசலில் அமைந்திருந்த காவல்கூடமே இப்பொழுது அரசு அருங்காட்சியகமாக மாறியுள்ளது. அதன் எதிரில் காவல் வீரர்கள் பயன்பாட்டிற்காக வெட்டப்பட்ட பழைய கிணறு உள்ளது. தெற்கு வாசல் காவல்கூடத்திலிருந்த வீரர்களுக்கான கிணறு இப்பொழுது சேவியர் பள்ளி மாணவர் விடுதிக்குள் அமைந்துள்ளது. இவை தவிர, தெற்கு வாசலின் அருகே கட்டபொம்மன் சிலை அமைக்கப்பட்டுள்ள இடத்தில் அச்சிலைக்குக் கீழாகக் காவல் வீரர்கள் தங்கும் அறை உள்ளது. அங்கிருந்த காவல் வீரர்களின் பயன்பாட்டிற்குரிய கிணறு இப்போது அதனருகிலுள்ள உணவகத்தின் முன்பாக அமைந்திருந்தது.

பழைய காலத்தில் கோட்டைக்கு வெளியே வடபுறத்தில் ஸ்ரீநாரத வாய்க்காலும், திருவரங்கநேரி(மூளிக்குளம்)யும் கோட்டைக்குக் கிழக்கே பிராந்தான் குளம் எனப்படும் திரிபுராந்தகன் குளமும் நீராதாரங்களாக இருந்தன. கோட்டையின் கிழக்கே இருந்த திரிபுராந்தகக் குளத்தின்

மிகை நீர் இராமசாமிக் கோயில் தெப்பக்குளத்திற்கு வந்து சேர்ந்தது. இன்றளவும் நாரத வாய்க்கால் என்றறியப்பட்ட பாளையங்கால்வாயி லிருந்து பாளை இராமசாமி கோயில் தெப்பக்குளத்திற்கு நீர் வருகிறது. இது தவிர, பாளை சிவன் கோயில் தெப்பக் குளத்திற்குப் பாளையங்கால் வாயிலிருந்து வந்த நீர்க்கால் தூர்ந்துபோனதால் தெப்பக்குளம் வறண்டு போய்விட்டது.

நாட்டார் தெய்வங்கள்

இனி பாளை நகரத்தில் வழிபடப்பெறும் நாட்டார் தெய்வங்களைப் பற்றிக் காணலாம். பழைய கோட்டை நகரத்தின் நட்ட நடுப்பகுதியில் அமைந்துள்ள கோயில் ஆயிரத்தம்மன் கோயில் ஆகும். கோட்டையின் மேற்கு வாசலிலிருந்து கிழக்கு வாசலுக்குச் செல்லும் சாலையும் தெற்கு வாசலிலிருந்து வடக்கு வாசலுக்குச் செல்லும் சாலையும் சந்திக்கும் இடத்தில் இக்கோயில் அமைந்துள்ளது. இத்தெய்வம் எட்டுக் கைகளிலும் ஆயுதம் ஏந்தியுள்ள உக்கிரமான தெய்வமாகும். பாளை நகரில் புரட்டாசி மாதத்தில் கொண்டாடப்பெறும் தசரா எனப்படும் பத்துநாள் திருவிழா இக்கோயிலை மையமிட்டே நடைபெறுகிறது. இந்த ஊரிலுள்ள மற்ற எல்லா அம்மன் கோயில்களும் ஒவ்வொரு சாதிக்குச் சொந்தமானவை. அவ்வகையான ஒன்பது தெய்வங்களும் இக்கோயிலின் தலைமைத் தன்மையினை ஏற்றுக்கொள்கின்றன. ஆயிரத்தம்மனின் தலைமையில் எல்லாத் தெய்வங்களும் நகர வீதிகளைச் சுற்றிவந்து இப்போது அழிந்துவிட்ட கோட்டையின் வடக்கு வாசல் வழியாக வெளியேறிக் கோட்டையின் கிழக்குப் பகுதியில் அமைந்துள்ள திறந்தவெளியில் கூடுகின்றன. அங்கே எல்லா தெய்வங்களுக்கும் பிரதிநிதியாக ஆயிரத்தம்மனே எருமைத்தலை அரக்கனைப் போரிட்டு அழித்துத் திரும்புகிறது. இவ்வாறு திரும்பியவுடன் இக்கோயிலின் முன் எருமைப்பலி கொடுக்கும் வழக்கம் 1942வரை இருந்திருக்கிறது.

வடக்கு நோக்கிய இக்கோயிலுக்குள் ஒரு நவகண்டச் சிற்பம் காணப்படுகிறது. (நவகண்டம் என்றால் வீரன் ஒருவன் தன் கழுத்தைத் தானே அறுத்துப் பலியிட்டுக் கொள்ளுவதாகும்.) நவகண்டச் சிற்பம் இக்கோயிலுக்குள் காணப்படுவதால் இத்தெய்வம் மன்னர்களின் காலத்தில் நரபலி பெறும் தெய்வமாக இருந்திருக்க வேண்டுமென்று தெரிகிறது.

இன்று நரபலியும் இல்லை, எருமைப்பலியும் இல்லை. ஆனால் பத்தாம் திருவிழாவில் அரக்கனை அழிக்கப் புறப்படும் அம்மனின் காலடியில் மரத்தாலான எருமைத்தலைச் சிற்பம் வைக்கப்படுகிறது. இந்தச் சிற்பம் யாதவர்களின் கோயிலான உஜ்ஜயினி மாகாளி அம்மன் கோயிலிலிருந்து கொண்டுவரப்படுகிறது. ஒரு காலத்தில் பலிக்குரிய

எருமையை அவர்களே கொடுத்துவந்த காரணத்தினால் இந்தப் பெருமை அவர்களுக்கு அளிக்கப்படுகிறது. அத்துடன் முதல் திருவிழா கட்டளை உரிமையும் அவர்களுக்கு அளிக்கப்படுகிறது.

ஆயிரம் என்ற இத்தெய்வத்தின் எண்ணுப் பெயரும் படை வீரர்களின் எண்ணிக்கையைக் குறிப்பதாகும். கோட்டைக்குள் அமர்த்தப்பட்டிருந்த ஆயிரம் படைவீரர்களின் வழிபடு தெய்வமாக இத்தெய்வம் தோற்றம் பெற்றிருக்க வேண்டும். நெல்லை மாவட்டத்தில் அம்பாசமுத்திரம் அருகிலுள்ள திருவாலீசுவரத்தில் முதலாம் இராசேந்திர சோழன் காலத்தில் கடனை ஆற்றங்கரையில் ஒரு படை வீடு அமைக்கப்பட்டிருந்தது. அப்படை வீட்டுத் தெய்வத்தின் கோயில் நாலாயிரத்தம்மன் கோயில் என்று இன்றும் அழைக்கப்பெறுகிறது.

மற்ற எல்லா அம்மன் கோயில்களும் நகரத்திலுள்ள ஒவ்வொரு சாதிக்கும் உரிமையான கோயில்கள் ஆகும். நெல்லை மாவட்டத்தில் சாதிய உணர்வுகள் கூர்மையாக இருப்பதற்கு இதுவும்கூட காரணமாக இருக்கலாம்.

யாதவர்களுக்கு உஜ்ஜயினி மாகாளியம்மன் கோயிலோடு தூத்துவாரி (தீர்த்தவாரி) அம்மன் கோயில் ஒன்றும் உரிமையாக இருக்கிறது. சைவ வேளாளர்களுக்கு தெற்கு முத்தாரம்மன், வடக்கு முத்தாரம்மன், உலகம்மன் ஆகிய மூன்று கோயில்கள் இருக்கின்றன. பொற்கொல்லருக்கு ஒன்றும் தேவர் சமுதாயத்திற்கு ஒன்றுமாக அம்மன் கோயில்கள் உள்ளன. ஆற்றங்கரையிலுள்ள பேராற்றுச் செல்வி (பேராச்சி) அம்மன் கோயில் தேவேந்திரர், வண்ணார், மறவர் ஆகிய மூன்று சமுதாயத்திற்கும் உரியதாகும். ஆனாலும் அத்தெய்வம் ஊர் மக்கள் அனைவராலும் கொண்டாடப்படுகிறது.

கோட்டையின் அமைப்பு

பாளையங்கோட்டை என இன்றழைக்கப்படும் பகுதியில் ஒரு கோட்டை இருந்தது. இந்தக் கோட்டையின் சுவடுகளாக இன்று கிழக்கு வாசல் கொத்தளமும் மேலவாசல் கொத்தளமும் தென்மேற்கு மூலையில் அமைந்திருந்த கொத்தளமும் (இப்பொழுது கட்டபொம்மன் சிலையுள்ள இடம்) எஞ்சியுள்ளன.

கி.பி. 1752இல் ஆங்கிலேயக் கும்பினிப் படைகள் (பெர்சிய மொழி பேசிய நவாபின் வீரர்கள் உட்பட) பாளையங்கோட்டை நகரத்துக்குள் நுழைந்தன. அப்பொழுதே கோட்டை அழிபாடுற்ற நிலையில்தான் இருந்தது.

ஆங்கிலேயர்களான கர்னல் ஓர்ம் (Orme), 18ஆம் நூற்றாண்டில் பேராயர் கால்டுவெல், பின்னர் ஸ்டுவர்ட் என்பவர் வெளியிட்ட திருநெல்வேலி மானுவல் (Manual), 20ஆம் நூற்றாண்டில் அரசு வெளியிட்ட நெல்லை மாவட்ட அரசிதழ் (Gazetteer) ஆகியவற்றின் துணைகொண்டும் இன ஆய்வின் வழியாகவும் அறிந்துகொண்ட செய்திகள் இவ்வியலில் தொகுத்துத் தரப்படுகின்றன.

கட்டபொம்மனை எதிர்த்துப் பாஞ்சாலங்குறிச்சிப் போரில் கலந்துகொண்ட வெல்ஷ் (Welsh) என்ற ஆங்கிலேயச் சிப்பாய் பின்னாளில் கர்னல் ஆனார். 1799ஆம் ஆண்டின் இறுதியில் அவர் பதவி உயர்வு அளிக்கப்பெற்றுத் தென் பகுதியிலிருந்து மூன்றாவது படையணியின் முதலாவது பிரிவுக்கு மாற்றப்பட்டார். அப்போது மாவட்டத் தலை நகராயிருந்த பாளையங்கோட்டைக்கு அருகில் அந்தப் பிரிவு முகாமிட்டிருந்தது. அவர் தனது அனுபவங்களை 'இராணுவ நினைவுகள்' (Military Reminiscences) என்ற பெயரில் நூலாக எழுதினார். ஐரோப்பிய அறிவொளிக் காலம் உச்சத்திலிருந்த 1832இல் தனது நூலை அச்சிட்டு வெளியிட்டார். இதில் பாளையங்கோட்டை பற்றிய நினைவுகளைத் தந்துள்ளார். அந்த நூலில் அவர் தரும் செய்திகள்: கோட்டை 400 அடி நீளமும் 880 அடி அகலமும் கொண்டு நீள் செவ்வக வடிவில் அமைக்கப் பட்டிருந்தது. கோட்டையின் கிழக்கு வாசல் திருச்செந்தூர் வாசல் என்றும் மேற்குப் பாகம் திருநெல்வேலி வாசல் என்றும் அழைக்கப்பெற்றன. கோட்டையின் வடக்குவாசல் அப்பொழுதே தகர்ந்துபோயிருந்தது.

ஆற்றிலிருந்து இரண்டு மைல் தொலைவில் வளமான சமதளத்தில் கோட்டை கட்டப்பட்டிருந்தது. கோட்டைச் சுவரிலிருந்து சற்றுத் தொலைவில் தெளிந்த நீருடன் ஒரு வாய்க்கால் ஓடிக்கொண்டிருந்தது. கிட்டத்தட்ட இரண்டு மைல் சுற்றளவில் ஏறத்தாழ சதுர வடிவில் கோட்டை அமைந்திருந்தது. ஆனால் அகழி ஏதும் இல்லை.

கோட்டை இரட்டைச் சுவர்களால் சூழப்பட்டிருந்தது. வெளிச்சுவர் பதின்மூன்று அடி உயரமாகவும், உட்சுவர் பதினெட்டடி உயரத்திலும் இருந்தன. உட்சுவர் இருந்த பகுதி பிள்ளைக் கோட்டை என அழைக்கப்பட்டது. கோட்டையின் வெளிச்சுவரில் சமமற்ற தூரத்தில் காவல் பிறைகளும் கொத்தளங்களும் இருந்தன. தென் மேற்கு மூலையிலுள்ள கொத்தளம் கட்டுக் குலையாமல் இருந்தது.

கோட்டைக்கு நான்கு முகப்பிலும் நான்கு வாசல்கள் இருந்தன. அவற்றைச் சுற்றி சதுர வடிவிலான அரண்கள் இருந்தன. மேற்கு, தெற்கு வாசல்கள் மூடப்பட்டிருந்தன. வடக்குக்கோட்டை

வாசலிலிருந்து திருநெல்வேலி-தச்சநல்லூர் நோக்கிச் செல்லும் வழியில் ஆற்றின் குறுக்கே ஓர் இறங்குதுறை இருந்தது. தென்மேற்குப் பருவ மழைக்காலம் தவிர மற்றக் காலங்களில் கடந்து செல்லக் கூடியதாகவே அது இருந்தது.

ஆற்றை நோக்கிச் செல்லும் சாலையில் மகிழ்வூட்டும் தோட்டங்களோடுகூடிய வெள்ளை அதிகாரிகளின் வளமனைகள் சில இருந்தன. சுற்றியுள்ள பகுதி முழுவதும் நீர்வளத்துடன் கண்ணுக்கினிய அழகான பகுதியாக அமைந்திருந்தது.

இன்றைய பேருந்துநிலையம் அருகேயுள்ள கட்டபொம்மன் சிலையிலிருந்து மனகாவலம்பிள்ளை பூங்கா வரையில் கிழக்கு நோக்கிச் செல்லும் சாலையே கோட்டையின் தெற்குச் சுவர் இருந்த இடமாகும். சேவியர் உயர்நிலைப் பள்ளித் திடல் முடியும் இடத்தில் கோட்டைச் சுவர் வடக்கு நோக்கித் திரும்பி, இப்போது அரசு அருங்காட்சியகம் அமைந்துள்ள இடம் வரை சென்றது. இதுவே கோட்டையின் கிழக்கு வாசல் ஆகும். தென் கீழ்ப்பகுதியில் காவல் வீரர்கள் தங்கும் கூடம் ஒன்று இருந்தது. இங்கே நீதித்துறை துணை நடுவர் மன்றம் வெள்ளையர் ஆட்சிக் காலத்தில் நிறுவப்பட்டது. அத்துடன் கைதிகள் பிணைக்கூடமும் சிறிய அளவில் அமைந்திருந்தது. அந்த இடத்திலிருந்து வடக்கு நோக்கிச் சென்ற கோட்டைச் சுவர் (இப்போது) அனைத்து மகளிர் காவல் நிலையம் இருக்கும் இடம் வரை சென்று மேற்கு நோக்கித் திரும்பியது. பின்னர் (இப்போது) மாநகராட்சிச் சந்தை இருக்குமிடத்தில் சென்று முடிந்தது. சந்தையின் வடபுறத்தில் இருக்கும் கடைகளை மக்கள் இன்றும் வடக்கு வாசல் கடைகள் என்றே வழங்கி வருகின்றனர். இந்த வடக்கு வாசலே முதலில் அழிந்துபோனது.

அங்கிருந்து மேற்கு நோக்கிச் சென்றதும் சித்த மருத்துவக் கல்லூரி முன்புறமாகச் சென்று மேற்கு வாசலை (இப்போது பிள்ளையார் கோயிலும் காவல் நிலையமும் இருக்கும் இடம்) சென்று தொட்டது. மீண்டும் தொடர்ந்து கோட்டை வாசல் பிள்ளையார் கோயில் தெரு வழியாகத் தென்மேற்கு மூலை கொத்தளத்தைச் சென்றடைந்தது (இன்று கட்டபொம்மன் சிலை அமைந்திருக்கும் இடம்). கோட்டை அமைந்திருந்த நிலப்பகுதி இதுவேயாகும். கோட்டையின் உட்புறச் சுவர் இருந்ததற்கான தடயங்களைக் கண்டறிய இயலவில்லை.

1856இல் கோட்டைக்குள் காவல் சாவடிகள் நிறுவப்பட்டு அவ்விடங்களில் எண்ணுடன்கூடிய கற்களும் நடப்பட்டிருந்தன. இவ்வகையான Cont (கன்டோன்மென்ட்) என்ற ஆங்கில எழுத்துடனும்

எண்ணுடனும் கூடிய கற்களை இன்றும் பத்து இடங்களிலாவது காண முடிகிறது.

ஆங்கிலேயர் ஆவணங்களிலிருந்து கோட்டைக்குள் அழிந்துபட்ட கோயில் ஒன்றின் கற்கள் சிதறிக்கிடந்தனவென்று தெரிகிறது. பல கல்வெட்டுத் துண்டுகள் பாளை தென்பகுதியில் வீட்டின் அடித்தளத்திலும் சாக்கடைகளின் உட்புறத்திலும் வைத்துக் கட்டப்பட்டுள்ளன. எழுத்தமைதி கொண்டு இவை பிற்காலப் பாண்டியர் காலத்தைச் சேர்ந்தவை எனத் தெரிகிறது. இந்தக் கோயில் இப்போது தொலைபேசி நிலையம் அமைந்துள்ள இடத்திற்கு வடக்காகப் பழைய அஞ்சலகக் கட்டடம் அமைந்துள்ள இடத்தில் இருந்திருக்க வேண்டும். இக்கோயிலிலிருந்த இரண்டு அழகான நந்தி சிலைகள் தலைமை அஞ்சலக வாயிலில் இன்றும் காணப்படுகின்றன. இந்தச் சிலைகள் இரண்டு வகையான கலைப்பாணியில் அமைந்தவை. எனவே பிற்காலப் பாண்டியர் எடுப்பித்த சிவன் கோயிலுக்கு விசய நகர மன்னர்களின் காலத்தில் (கி.பி. பதினாறாம் நூற்றாண்டு) திருப்பணி நடைபெற்றிருக்க வேண்டுமெனத் தெரிகிறது.

இவை தவிர, கோட்டையின் கொத்தளங்களுக்கு அருகில் காவல் வீரர்களின் நீராதாரமாகக் கிணறுகள் அமைந்திருந்தன. தென்மேற்குக் கொத்தளத்திற்கருகில் (இப்போது சரவணபவன் உணவகம் அமைந்துள்ளது) இருந்த கிணறு மூடப்பட்டுவிட்டது. மேலக்கோட்டை வாசலிலிருந்த கிணறு, இப்போது பிள்ளையார் சந்நிதிக்கு எதிரில் சாலைக்குள் நடுவில் அமைந்திருந்தது. அண்மையில் பாதாளச் சாக்கடைப் பணிகள் நடந்தபோது அந்தக் கிணறு அடையாளம் காணப்பட்டது. இதைத் தவிர, மேல வாசலருகில் பாளையங்கால்வாய் என்ற நாரத வாய்க்கால் ஓடிக்கொண்டிருக்கிறது. கீழக்கோட்டை வாசல்பகுதியிலுள்ள கிணறு, இப்பொழுதும் அரசு அருங்காட்சியக வளாகத்தில் நன்னிலையில் உள்ளது. வடக்குக் கோட்டை வாசல் கிணறு இருந்த இடத்தைக் கண்டுபிடிக்க இயலவில்லை.

இவை தவிர, கோட்டைக்குள் கோபாலன் கோயில் சந்நிதித் தெருவில் (இப்பொழுது மாநகராட்சிப் பள்ளி அமைந்துள்ள இடம்) மிக உயரமான ஒரு மண்மேடு இருந்ததாகப் பேராயர் கால்டுவெல் குறிப்பிடுகிறார். டமாரம் அடித்துச் செய்திகளை அறிவிக்க இந்த மேடு பயன்படுத்தப்பட்டிருக்க வேண்டும். இப்பொழுது முதியவர்கள் அந்த நிலப்பகுதியைத் 'தம்மந்தான் மேடு' என்றே அழைக்கின்றனர்.

மேற்குறித்தவை தவிர, கோட்டையின் வெளிப்புறத்தில் அகழி எதுவும் இருந்ததற்கான தடயங்கள் கிடைக்கவில்லை. கோட்டையின்

தெற்குச் சுவரையடுத்து இலந்தைக்குளம் உள்ளது. கிழக்குப்புறத்தில் பிராந்தான் குளம் (திருநெல்வேலி புராந்தகன் குளம்) இருந்த இடத்தில் (மாவட்ட ஆட்சியர் இல்லத்துக்குப் பின்புறம்) குடியிருப்புகள் வந்துவிட்டன. இவை தவிர, அப்பொழுது மனகாவலம்பிள்ளை நகர் குடியிருப்பு அமைந்துள்ள இடத்தில் 'வரிசைப் புத்தூர்குளம்' என்ற பெயரில் ஒரு குளம் இருந்ததாக ஆங்கிலேயர் ஆவணங்கள் குறிப்பிடுகின்றன.

கோட்டையின் வெளிப்புறத்தில் தெற்கு, கிழக்கு, மேற்குப் பகுதிகளில் பரந்த திடல்கள் இருந்தன. குடியிருப்புப் பகுதிகள் எவையுமில்லை. கோட்டையின் தெற்குப்புறத்தில் இப்போதுள்ள பழைய பேருந்து நிலையம், சரோஜினி பூங்கா, வானொலி நிலையம், மாவட்ட மனமகிழ்மன்றம் (District Club), சேவியர் கல்லூரி ஆகியவை அமைந்திருந்த இடங்கள் பரந்த திடல்களாகவே இருந்திருக்க வேண்டும்.

இப்போது மாவட்ட மைய நூலகம் அமைந்துள்ள இடம் ஒரு கொத்தளமாகும். ஆங்கிலேயர் இந்தக் கொத்தளத்தை இடித்துவிட்டுப் பந்தடி மேடு (Tennis Coat) அமைத்திருந்தனர். அந்த இடத்தை சேவியர் கல்லூரி முன்னாள் மாணவரான சுப்பிரமணியக் கரையாளர் என்பவர் வாங்கி, ஒரு கட்டடமும் கட்டிப் பாளை நகராட்சி நூலகம் அமைத்தார். அதன் பின்னர் அங்கிருந்த பந்தடிமேடு எதிர்ப்புறத்தில் இப்போதுள்ள இடத்திற்கு மாறியது.

கோட்டையின் கிழக்குப் பகுதியில் இப்போதுள்ள கிறிஸ்து ராசா பள்ளியின் விளையாட்டுத் திடலும் அதனை அடுத்துள்ள யோவான் கல்லூரியும் திடலாகவே இருந்தன. அதற்கு வடபுறமாக இப்போது காவல்துறைத் தலைவர் அலுவலகம் அமைந்துள்ள இடத்தில், படை வீரர்களுக்கான மருத்துவமனை இருந்தது. அதிலே இராணுவ மருத்துவர் ஒருவரும் இருந்தார். அதற்கருகிலுள்ள தெருவுக்கு இன்றுவரை 'மிலிட்டரி லைன் மருத்துவமனைத் தெரு' என்றே பெயர். அதற்கு வடபுறமாகக் கிழக்குவாசல் அருகில் இசுலாமியப் படைவீரர்களின் வழிபாட்டிற்காக இப்போது காணப்படும் பள்ளிவாசல் இருந்தது. அதற்கும் வடக்காக இப்போதுள்ள குடியிருப்புகள் அப்போது இல்லை.

இன்றைய மகளிர் காவல் நிலையத்திற்கு அருகிலுள்ள இடத்தில் மாரியம்மன் கோயில் திடல் இருக்கிறது. அதற்கு மேற்காக இப்போது மாநகராட்சிப் பள்ளியும் மனகாவலம்பிள்ளை மருத்துவமனையும் அமைந்துள்ள இடமும் சந்தைத் திடலும் திறந்த வெளியாகவே இருந்தன.

கோட்டையின் மேலச்சுவருக்கு அடுத்து, இப்போதுள்ள செம்மார் சமுதாயக் குடியிருப்பு, சித்த மருத்துவக் கல்லூரியின் நூற்றாண்டு மண்டபம், பாளை நகராட்சி மண்டல அலுவலகம், வ.உ.சி. திடல், எல்.ஐ.சி. ஆகியன அமைந்துள்ள இடங்கள் திறந்தவெளித் திடல்களாகவே இருந்தன.

கோட்டையின் உட்புறம்

தோராயமாக 1848இல் ஆறை அழகப்ப முதலியின் வாரிசாக இருந்த தீத்தாரப்ப முதலியாரின் கட்டுப்பாட்டில் சில வீரர்களுடன் கோட்டை இருந்தது.

கோட்டையின் மேற்கு வாசல் வழியாக ஆங்கிலேயப் படைகள் நுழைந்தபோது, சிறிய அளவில் ஆங்கிலேயப் படைகளுக்கும் முதலியாரின் ஆட்களுக்கும் சண்டை நடந்துள்ளது. முதலியாரின் ஆட்கள் நிறைய பேர் கொல்லப்பட்டனர். இறந்தவர்களின் நினைவாக சுடலைக் கோயில் அமைப்பதுண்டு.

மேலக்கோட்டைச் சுவரை அடுத்துள்ள மேலரத வீதியில், இருநூறு மீட்டர் தொலைவுக்குள் பன்னிரண்டு சுடலை கோயில்கள் இருப்பதே இதற்குச் சான்றாகும். சவேரியார் பள்ளியும் அதன் முன் இருந்த திடலும் படைவீரர்களின் பயிற்சி இடமாயிற்று. இப்போது காவல் நிலையம் அமைந்துள்ள இடம்தான் அன்று இராணுவத்தினரின் ஆயுதக் கிடங்காக மாற்றப்பட்டிருந்தது. அதற்குப் பின் இருந்த காலி மனையிலே பீரங்கிகள் நிறுத்தப்பட்டன. 1960 வரை இந்த இடம் பீரங்கித் தட்டு என்றே அழைக்கப்பட்டது. பீரங்கித் தட்டிற்கு எதிராக இப்போதுள்ள ஜாமியா பள்ளிவாசல் அமைந்துள்ள இடத்தில் யூசுப் கானால் இசுலாமிய நீதிமன்றம் (ஷரியத் நீதிமன்றம்) நிறுவப்பட்டது. இதனைக் குறிக்கும் பெர்ஸிய மொழிக் கல்வெட்டு, பள்ளிவாசலின் நெற்றி முகப்பில் பொறிக்கப்பட்டிருந்தது. அண்மையில் அது அகற்றப்பட்டுவிட்டது.

இசுலாமியப் படைவீரர்களுக்கான கல்லறை (மையவாடி) கோட்டைக்கு வெளியே கண் தெரியாதார் பள்ளிக்கருகில் அமைக்கப் பட்டிருந்தது. இவ்விடம் ஆங்கிலேய ஆவணங்களில் பார்ஸிடோம் (Parsee Tomb) என்று குறிக்கப்பட்டுள்ளது. யூசுப்கான் செய்த மற்றொரு செயல், கிழக்குக் கோட்டை வாசலையொட்டிச் சிதறிக்கிடந்த கற்களைக் கொண்டு ஒரு சிறைக்கூடம் அமைத்ததாகும். இந்தச் சிறைக்கூடம், அரசு அருங்காட்சியகம் அமைந்துள்ள இடத்திற்கு எதிராக அமைந்திருந்தது. இந்தச் சிறையினை யூசுப்கானின் சமகாலத்தவரான மார்ச்சன்ட் (MARCHAND) என்ற பிரெஞ்சுக்காரர் 'தமிழ்நாட்டின் பாஸ்டில்ஸ்' என்று

குறிப்பிடுகிறார். கப்பம் தராத பாளையக்காரர்களின் உறவினர்கள் இங்கே பிணைக்கைதிகளாகப் பிடித்து வைக்கப்பட்டுள்ளனர். அவர்கள் நாள் முழுவதும் கை, கால் விலங்குடனே வைக்கப்பட்டிருந்தனர். 1764இல் கான்சாகிப் இறந்த பின்னரும்கூட இந்த நிலையே நீடித்தது. (இந்தச் சிறையில்தான் பிற்காலத்தில் ஊமைத்துரை அடைக்கப்பட்டிருந்தார்).

கோட்டையின் எல்லைக்குள் ஆங்கிலேயப் படை வீரர்களுக்காக ஒரு திருச்சபைத் தேவாலயத்தைக் கட்டினர். யோவான் கல்லூரி வாசலில் இப்போது அமைந்துள்ள ஆங்கிலேயத் தேவாலயம் ஆங்கிலப் படை வீரர்களுக்கும் அதிகாரிகளுக்குமாகக் கட்டப்பட்டது. இத்தேவாலயத்திலுள்ள மிகப்பழைய கல்லறைக் கல்வெட்டு கி.பி. 1775ஐச் சார்ந்தது என பேராயர் கால்டுவெல் குறிப்பிடுகிறார்.

இது கோட்டையின் எல்லைக்குள் ஆங்கிலேயர் கட்டிய முதல் கட்டுமானமாகும். பின்னர் ஆங்கிலேயருக்குத் தொல்லை கொடுத்து வந்த நெல்லை மாவட்டப் பாளையக்காரர்கள் அனைவரும் அடக்கப் பட்டுவிட்டனர். இக்காலகட்டத்தில் நெல்லை மாவட்டம் முழுவதும் சட்டம் ஒழுங்கு கெட்டிருந்ததாகக் கால்டுவெல் குறிப்பிடுகிறார்.

1764 அக்டோபர் 24ஆம் நாள் பாளையங்கோட்டையிலிருந்த ஓர் ஆங்கிலேயப் படைவீரன் ஸ்காட்லாண்டிலுள்ள தன் நண்பனுக்கு எழுதிய கடிதத்தை எஸ்.சார்லஸ் ஹில் (SC HILL) மேற்கோள் காட்டுகிறார். அதாவது மார்ச் மாதத்தில் ஒரு படைப்பிரிவுக்குத் திருநெல்வேலி செல்லுமாறு ஆணையிடப்பட்டது.

"செல்லும் வழியில் எதிரிகளின் பல மண்கோட்டைகளை அழித்துக்கொண்டே வந்தோம். ஏப்ரல் மாதம் பாளையங்கோட்டை வந்து சேர்ந்தோம். அது கான்சாகிப் கையிலிருந்த பலமான கோட்டை ஆகும். படைப்பிரிவில் இரண்டாயிரம் சிப்பாய்களும் இருநூறு குதிரை வீரர்களும் இருந்தனர். ஐரோப்பிய பீரங்கி ஏவுநர் சிலரும் இருந்தனர். கொத்தளங்களின் மீது 18 பவுண்டு, 20 பவுண்டு பீரங்கிகள் இரண்டு நிறுத்தப்பட்டிருந்தன."

"உள்ளூர் இந்து மக்களின் ஒத்துழைப்பு இல்லாததால் படை வீரர்களுக்கான மாட்டிறைச்சி கிடைக்கப்பெறுவது ரொம்பச் சிரமமாக இருக்கிறது," என்று அந்த வீரர் கடிதம் எழுதுகிறார்.

இந்தக் கடிதம் கான்சாகிப் தூக்கிலிடப்படுவதற்குச் சில மாதங்களுக்கு முன்னர் எழுதப்பட்டது. அப்பொழுதே ஆங்கிலேயர்கள் கான்சாகிப் மீது நம்பிக்கை இழந்திருந்தனர். கான்சாகிப் திருவிதாங்கூர் மன்னர் உதவியுடனும் பிரெஞ்சுப் படைகளின் உதவியுடனும் தென் தமிழ்நாட்டின் ஆளுநராக முயற்சி செய்ததனை ஆங்கிலேயர் கண்டு

பிடித்துவிட்டனர். திரும்பத் திரும்ப அழைத்தும் கான்சாகிப் மதுரைக்கோ சென்னைக்கோ வர மறுத்துவிட்டார். திரும்பவும் மதுரை சென்றபோது, 1765இல் வஞ்சகமாகப் பிடிக்கப்பட்டுத் தூக்கிலிடப்பட்டார். இந்தப் பின்னணியில்தான் மேற்குறித்த கடிதத்தைப் பார்க்க வேண்டும்.

கான்சாகிப்பால் பிணைக் கைதிகளாகப் பிடிக்கப்பட்டு, பாளையங் கோட்டைக்குள் சிறைவைக்கப்பட்ட சிலர் இருபதாண்டுகள்வரை அங்கே தண்டனை அனுபவித்துவந்தனர். மருது சகோதரர்களின் தளபதியாக இருந்த சித்திரங்குடி மயிலப்ப சேர்வை என்பவர் தூக்கிலிடப் படுவதற்குமுன் மூன்று மாதங்கள் இங்கே சிறைவைக்கப்பட்டிருந்தார்.

1799 அக்டோபர் 16இல் கட்டபொம்மன் கயத்தாற்றில் மேஜர் பானர் மேன் என்ற அதிகாரியின் விசாரணைக்குப் பிறகு தூக்கிலிடப் பட்டார். அவரது தம்பி ஊமைத்துரையும் அவரது உதவியாளர்களும் பாளையங்கோட்டைச் சிறையில் அடைக்கப்பட்டிருந்தனர். 1799ஆம் ஆண்டு இறுதியில் கர்னல் வெல்ஸ் பதவி உயர்வு பெற்று, பாளையங் கோட்டையிலிருந்த மூன்றாவது படையணியின் முதலாவது பிரிவுக்கு மாற்றப்பட்டார். பாளையங்கோட்டையும் கோட்டைச் சிறையும் அவரது பொறுப்பில் இருந்தன. இத்துடன் பாளையங்கோட்டையின் 18ஆம் நூற்றாண்டு வரலாறு முடிவுற்றது.

19ஆம் நூற்றாண்டின் தொடக்கப் பகுதிவரை முக்கியமான அரசியல் நிகழ்வு எதுவும் நிகழவில்லை. 1801ஆம் ஆண்டு பிறந்தவுடன் பாளைச் சிறையிலிருந்து ஊமைத்துரையும் அவரது உதவியாளர்களும் தப்பித்தனர். இது குறித்து கர்னல் வெல்ஸ் தனது 'இராணுவ நினைவுகள்' நூலில் எழுதியிருப்பதாவது:

பாளையக்காரச் சிறைவாசிகள் தப்பித்த 1801 பிப்ரவரி இரண்டாம் நாள் படைகளின் பெரும்பகுதி சங்கரன்கோயில் சென்றிருந்தது. எஞ்சியிருந்த சுமார் இருபது ஆண்களும் பெண்களும் மேஜர் மெக்காலேயின் தோட்ட வீட்டில் விருந்துக்காகக் கூடியிருந்தனர்.

சிறைவாசிகள், காவலுக்கிருந்த வீரர்களையும் கோட்டை வாயிற் காவலர்களையும் ஆயுதங்களைப் பறித்துத் தள்ளிவிட்டு தப்பிச் சென்றனர். அரசாங்கத்தின் கைதிகள் என்ற பெயரில் அவர்கள் இரும்புச் சங்கிலிகளால் பிணைக்கப்பட்டுப் பலத்த காவலுடன் இருந்தனர். ஆனால் அவர்கள் மத்தியில் சின்னம்மை நோய் பரவியதால் சில நாட்களுக்கு முன் சங்கிலிகள் கழற்றப்பட்டிருந்தன.

அவர்களது ஆட்கள் அன்று மாலையே மாறுவேடத்தில் கோட்டைக்குள் ஊடுருவியிருந்தனர். அவர்கள் ஆயுதங்களையும் மறைத்து வைத்திருந்தனர். திட்டமிட்ட சங்கேதம் கிடைத்தவுடன்

சிறைக் கதவைத் தகர்த்தார்கள். கைதிகளாக இருந்தவர்கள் தங்கள் முன் நின்ற இரண்டு காவலரையும் தாக்கினர். சில காவலாளிகள் காயமடைந்தனர். உடனடியாக அனைவரது ஆயுதங்களும் பறிக்கப்பட்டன. அவர்களது கேடயங்களையும் பறித்துக்கொண்டு கோட்டை (கீழ்) வாசலுக்கு விரைந்து அங்கிருந்த காவலாளிகளையும் விரட்டினர். கதவின் வழியாக வெளியேறியதும் ஓட்டமும் நடையுமாக விரைந்தனர். விடிவதற்குள் முப்பது மைல் தொலைவிலிருந்த பாஞ்சாலங்குறிச்சியை அடைந்துவிட்டனர்.

பதினெட்டாம் நூற்றாண்டின் நடுப்பகுதியில் யூசுப்கான் என்ற கம்மந்தான் கான்சாகிப் பாளையங்கோட்டையைப் பிடிக்க வந்தார். ஆர்க்காட்டு நவாபிற்குக் கப்பங்கட்டிக்கொண்டிருந்த ஆறை அழகப்ப முதலியார் வசம் கோட்டை இருந்தது. கான்சாகிப்பின் படைகள் மேற்குப் பகுதி பாளையக்காரர்களை அழித்துவிட்டுப் பாளையங்கோட்டைக்கு வரும்போது களைப்படைந்திருந்தது. எனவே அவர்களால் அழகப்ப முதலியார் படைகளையும் கோட்டைக்குள் இருந்த நவாபின் படைகளையும் சேர்ந்து எதிர்க்க முடியவில்லை. கான்சாகிப் இரண்டாம் முறையாக 1759இல் படையெடுத்து வந்தபோது முதலியாரின் படைகள் நவாபின் ஆணைக்கிணங்கச் சரணடைந்துவிட்டன. கான்சாகிப் எத்தனை காலம் பாளையங்கோட்டையில் இருந்தார் எனத் தெரியவில்லை.

எனவே மதுரைக் கோட்டைக்குள் தளவாடங்களையும் துருப்பு களையும் சேர்த்து வைத்திருந்தார். பாளையங்கோட்டையிலுள்ள ஆங்கிலேயத் துருப்புகளும் அவருக்கு அடிபணிந்தன. ஏனென்றால் அவர்களது குடும்பத்தார்கள் கான்சாகிப் வசமிருந்த மதுரைக் கோட்டைக்குள் இருந்தனர். கான்சாகிப் பாளையங்கோட்டையைத் துருப்புகளுக்கு வேண்டிய தளவாடங்களுக்கான இடமாகவும் கிடங்காகவும் மாற்றியிருந்தார். அப்படியிருந்தும் அவரது படைகளுக்கு வேண்டிய மாட்டிறைச்சி கிடைப்பதற்கு உள்ளூர் மக்கள் ஒத்துழைக்க வில்லை. பாளையக்காரர்களிடம் இருந்து பிடிக்கப்பட்ட பிணைக் கைதிகளுக்காகக் கோட்டைக்குள் ஒரு சிறையும் அமைத்திருந்தார்.

நீதிமன்றத்திற்கு எதிரிலுள்ள காலியிடத்தில் (இப்போதுள்ள காவல் நிலையத்தின் பின்புறம்) பீரங்கி ஒன்றையும் நிறுத்தியிருந்தார். காவல் நிலையத்தின் உட்புறமாக ஒரு புளியமரத்தின் அடியில் ஏராளமான பீரங்கிக் குண்டுகள் அண்மையில் கண்டெடுக்கப்பட்டன. மரண தண்டனை விதிக்கப்பட்டவரை பீரங்கி வாயில் வைத்துச் சுடுவது அவரது வழக்கமாக இருந்தது.

கான்சாகிப் திருவிதாங்கூர் அரசருடன் ஓர் இரகசிய ஒப்பந்தம் செய்திருந்தார். அதன்வழி களக்காட்டுப் பகுதியை விட்டுக்

கொடுத்தார். இந்த ஒப்பந்தத்தை அறிந்துகொண்ட ஆங்கிலேயர்கள் கான்சாகிபைத் தந்திரமாக வரவழைத்தனர். அங்கு சென்ற பிறகு தொழுகையில் இருந்த அவரைத் தந்திரமாகப் பிடித்து, இரண்டாம் நாள் எந்தவித விசாரணையுமின்றித் தூக்கிலிட்டுக் கொன்றுவிட்டனர். அச்சமூட்டும் அவரது ஆட்சியில் வழிப்பறிக் கொள்ளைகள் குறைந்திருந்த காரணத்தால் எளிய மக்கள் நிம்மதியாகப் பயணம் செய்தனர். அதனால் அவரைப் பற்றிய நாட்டார் பாடல்கள் மிகுதியாகத் தோன்றின.

பாளையங்கோட்டையில் அவர் அமைத்திருந்த சிறைச்சாலையில் பிணைக் கைதிகள் அடைக்கப்பட்டிருந்தனர். இருபது ஆண்டுகள் வரை அச்சிறையில் இருந்தவர்களைத் தான் கண்டதாக கான்சாகிபின் நண்பர் மார்ச்சன் எழுதிய நூலில் செய்தி வருகிறது.

கான்சாகிப் கொல்லப்பட்டதும் கோட்டையில் இருந்த சார்லஸ் கேம்பல் என்ற ஆங்கிலேயத் தளபதி கோட்டையின் பொறுப்பினை ஏற்றுக்கொண்டார்.

கோட்டையின் இராணுவப் பாதுகாப்புப் பகுதி ‘கன்டோன்மென்ட்’ என அறிவிக்கப்பட்டது. கோட்டைக்குள் ஆங்காங்கே காவல் படைகள் நிறுத்தப்பட்டிருந்தன. கோட்டைக்கு வரும் வழியில் கோட்டூர் சாலையில் ஒரு சுங்கச் சாவடியும் இப்போதுள்ள ஆயுதப் படைப் பிரிவுக்கருகில் இன்னொரு சுங்கச்சாவடியும் அமைக்கப்பட்டிருந்தன. கிறித்தவப் படை வீரர்களுக்கு எனக் கோட்டைக்குள் கல்லறைத் தோட்டம் அமைக்கப்பட்டிருந்தது.

கி.பி. 1788இல் இதை அடுத்துள்ள இடத்தில் தஞ்சையிலிருந்து மதம் பரப்ப வந்த கிளோரிந்தா என்ற அம்மையார், ஒரு சிற்றாலயம் கட்டிக் கிணறும் வெட்டினார்.

ஆங்கிலேயப் படைப் பிரிவு ஒன்றும் படைப்பயிற்சித் திடல் (இப்போதுள்ள சேவியர் மேல்நிலைப் பள்ளி விளையாட்டு மைதானம்) ஒன்றும் பாளையில் இருந்தன. இத்திடலுக்கு எதிராகவே கிளோரிந்தா அம்மையார் கட்டிய சிற்றாலயமும் போதகர்களின் குழந்தைகளுக்காக அவர் தொடங்கிய பள்ளியும் இருந்தன. பின்னர் அந்த வளாகம் ஆங்கிலேயர்களின் கல்லறைத் தோட்டமாகவும் மாற்றப்பட்டது. ‘பாளையங்கோட்டையில் பக்கீர்கள் நடத்திய சுதந்திரப் போர்’ என்ற கட்டுரையில் வரலாற்றறிஞர் செ.திவான் பின்வரும் வரலாற்றுக் குறிப்பைத் தருகின்றார். ஆங்கிலேயர்களின் இரகசியக் குறிப்புகள் (Secreat Entries) என்னும் புத்தகத்திலிருந்து அவர் தரும் தகவல் இது. கோட்டையின் உட்பகுதிக்குள் வலம் வந்த இசுலாமியப் பக்கீர்கள், கொல்லப்பட்ட முஸ்லிம் வீரர்களின் ஆவிகள் கோட்டையைச் சுற்றி

வந்துகொண்டிருப்பதாக மக்களை நம்பவைத்தனர். இதனால் ஆங்கிலேயர் மனக்கலக்கம் அடைந்தனர். பக்கீர்கள் வெள்ளை அதிகாரிகளை வீழ்த்த சுதேசிச் சிப்பாய்களுடன் தொடர்புகொண்டனர். இந்த நிலையில் ஓர் இரகசியக் கடிதம் ஆங்கிலேயரிடம் பிடிபட்டது.

இதன் விளைவாக 1806ஆம் ஆண்டு நவம்பர் 19 அன்று காலையில் அப்போது படைப் பொறுப்பிலிருந்த, இராணுவ நினைவுகள் நூலை எழுதிய மேஜர் வெல்ஸ் தன் கையில் துப்பாக்கியை வைத்துக்கொண்டு அனைத்து வீரர்களையும் ஒன்றாக நிறுத்தி அவர்களுடைய ஆயுதங்களைப் பறித்துவிட்டார். அவரைத் தாக்க முயன்ற ஒரு வீரரும் தாக்கப்பட்டார்.

ஆனாலும் கர்னல் வெல்ஸ் இந்த நிகழ்ச்சியைத் தன்னுடைய இராணுவ நினைவுகள் நூலில் குறிப்பிடவில்லை. இரகசியக் குறிப்புகள் நூலிலிருந்து செ. திவான் தரவுகள் காட்டுவதால் இச்செய்தி நம்புவதற் குரியதே. இந்த இடைப்பட்ட காலப் பகுதியில் கத்தோலிக்கர்களின் ஏசு சபையினைக் கி.பி.1773 முதல் போப்பாண்டவர் முடக்கி வைத்திருந்தார். இம்முடக்கம் கி.பி.1816இல்தான் தளர்த்தப்பட்டது. இந்த இடைப்பட்ட காலத்தில் சீர்திருத்தக் கிறித்துவம் வேகமாகப் பரவ இது வாய்ப்பாக இருந்தது.

பத்தொன்பதாம் நூற்றாண்டு

பத்தொன்பதாம் நூற்றாண்டின் தொடக்கத்தில் கோட்டைக்குள் ஆங்கிலேயப் படைகள் இருந்தன. இனி பாளையங்கோட்டைக்குக் கிறித்துவ முகம் தந்த நூற்றாண்டின் வரலாற்றைத் தொடங்குவோம்.

கி.பி.1788இல் பாளையங்கோட்டைக்கு வந்த கிளோரிந்தா அம்மையாரே முதல் சமயப் பரப்புநர் ஆவார். இவர் குழந்தைகளுக் கான சிறிய பள்ளிக்கூடத்தைத் தான் கட்டிய சிற்றாலயத்திற்கு அருகில் நிறுவியதாகத் தெரிகிறது.

கிளோரிந்தாவின் அயராத பணிகளால் திருச்செந்தூர் தேரிக்காட்டுப் பகுதியில் தென் இந்தியத் திருச்சபை (புராட்டெஸ்டன்ட்) வேகமாகப் பரவியது. அப்போது திருச்சபைப் பேராயத்தின் தலைமையிடம் கல்கத்தாவாக இருந்தது. 1816இல் கல்கத்தாவிலிருந்து லிவிங்ஸ்டன் என்ற பேராயர் முதல்முறையாகப் பாளையங்கோட்டைக்கு வருகைதந்தார். அக்காலத்தில் கத்தோலிக்கக் கிறித்தவ சபையான ஏசு சபை போப் ஆண்டவரால் தடை செய்யப்பட்டிருந்தது.

1820இல் அவர் வண்ணார்பேட்டையில் இருந்த திருப்பாற்கடல்நாதன் கவிராயரிடம் பழந்தமிழ் இலக்கியங்களைக் கற்றறிந்தார். 1822இல் 'ஞானோபதேச வினா விடை' என்ற தம் முதல் தமிழ் நூலைக் கிறித்தவப்

போதகருக்காக வெளியிட்டார். அவரது எழுத்துகளும் போதனைகளும் தென்னிந்தியத் திருச்சபை வரலாற்றில் பொன்னெழுத்துகளால் பொறிக்கப்பட வேண்டியனவாகும். அவரைத் திருநெல்வேலியின் அப்போஸ்தலர் என்று கிறித்தவர்கள் கொண்டாடுகின்றனர். அவரே 1825இல் கிறித்தவப் போதகர்களுக்காகத் தமிழ் இலக்கணம் குறித்து ஆங்கிலம், தமிழ் என இரு மொழிகளிலும் இலக்கண நூல் எழுதினார். அந்த நூலில் ஓர் உதாரண வாக்கியம் பின்வருமாறு அமைகிறது: 'பிராமணர்கள் பொய்க் கதைகளைக் கூறி ஜனங்களை ஏமாற்றுகிறார்கள்.' தமிழ்நாட்டில் பார்ப்பனிய எதிர்ப்பிற்கான முதல் வித்து இதுவே எனலாம். அவரே 1825இல் விவிலியத் தமிழ் மொழிபெயர்ப்பிலுள்ள குறைகளைத் திறனாய்ந்து ஆங்கிலத்தில் திறனாய்வுக் கட்டுரை எழுதினார். திறனாய்வு முறை குறித்தும் மொழிபெயர்ப்பு குறித்தும் இந்திய மொழிகளில் எழுதப்பட்ட முதல் கட்டுரை இதுவே ஆகும். (On the Principles of translating of the holy scriptures in to vernacular languages particularly tarmous.)

ஐரோப்பிய அறிவொளிக் காலத்தின் விளைவாகப் பிறந்த இரேனியஸ் அடிகளே தமிழை நவீனயுகத்திற்குத் திருப்பிய முதல் எழுத்தாளர் எனலாம். இவரைப் பற்றி சுந்தரனார் பல்கலைக்கழகத் தமிழியல் துறை 'இரேனியஸ் - தமிழியல் முன்னோடி' என்ற நூலை வெளியிட்டுள்ளது.

சார்லஸ் தியோபிலஸ் எவால்டு இரேனியஸ் (C.T.E. Rhenius) ஜெர்மனியில் பிரசிய மாநிலத்தைச் சேர்ந்தவர். 1814இல் சென்னைக்கு வந்து ஆறு ஆண்டுகள் அங்கே கழிந்த பின்னர் 1820இல் பாளையங் கோட்டைக்கு வந்து சேர்ந்தார். கிறித்தவ சமயத் தொண்டு செய்ய வந்த இரேனியஸ் நெல்லை மாவட்டத்துக்குச் செய்த கல்வித் தொண்டே மிகப் பெரியது.

'வீதிதோறும் தமிழ்ப் பள்ளிக்கூடங்களைப் போட்டு ஐரோப்பியச் சாத்திரங்களையெல்லாம் தமிழில் சொல்லிக்கொடுக்க ஏற்பாடு செய்ய வேண்டும்' என்று பாரதி எழுதியதற்கு முக்கால் நூற்றாண்டுக்கு முன்னரே அதைச் செய்து காட்டியவர் இரேனியஸ். 1832இல் அவர் எழுதி அச்சிட்டு வெளியிட்ட 'பூமி சாஸ்திரம்' என்ற நூலே அறிவியல் தமிழில் முதல் நூலாகும். 659 பக்கங்களையுடைய நூலுக்கு ஐந்து பக்கத்தில் முகவுரை தந்துள்ளார். 'நாமங்களை அக்கர முறைமைப்படி' காட்டிய ஓர் அட்டவணை நூல் இறுதியில் சேர்க்கப்பட்டுள்ளது. பக்கங்களின் எண்களும் தமிழிலே தரப்பட்டுள்ளன.

நூலின் முதற்பக்கத்தில் நூற் பெயருக்கான விளக்கமும் தரப்பட்டுள்ளது. 'பூமி சாஸ்திரமாவதும் பூகோளமாவதும் இந்தப் பூமியின்

தன்மை உருபம் முதலானவைகளையும் அதிலிருக்கிற இராச்சியங்கள் பட்டினங்கள் முதலானவைகளையும் காட்டிய கல்வியேயாம்.'

தமிழ்மொழியின் ஆளுமையினைப் புரிந்துகொண்டு 168 ஆண்டுகளுக்கு முன்னர் இரேனியஸ் என்னும் ஜெர்மானியத் தமிழர் செய்துள்ள அறிவியல் தமிழ்க் கலைச்சொல்லாக்கத்திற்கு இதோ சில எடுத்துக்காட்டுகள்.

North Pole	-	வடமுனை
Zenith	-	தலைமுனை
Nadir	-	கால்முனை
Latitude	-	அகல் அளவு
Longitude	-	நீள் அளவு
Circumference	-	சுற்றளவு
Diametre	-	மத்திய அளவு
Meridian	-	நடுவரை
Ecliptic	-	சாவரை
A Circular line	-	சக்கரவரை
Contorial line	-	சமவரை
Sensible horizon	-	கண் எல்லை வரை
Rational Horizon	-	நினைப்பெல்லை வரை

நூலின் தலைப்புப் பக்கத்தில் இரேனியஸ் எழுதியதை நினைத்துப்பார்க்கிறோம். 'தமிழருக்கு அறிவுண்டாகும்படி பாளையங்கோட்டையிலுள்ள இரேனியுசையரால் செய்யப்பட்டது.'

திருச்சபையின் கணக்குப்படி நெல்லை மாவட்டத்தில் 163 பள்ளிகளைத் தொடங்கியவர் இரேனியஸ் ஆவார். இவர் கிறித்தவ மத போதகர்களுக்கு மாத ஊதியம் வழங்கியவர். அவர்களின் விதவைகளுக்கும் ஓய்வூதியம் வழங்கிய தீர்க்கதரிசி. 1832இல் நெல்லை நகரில் காலரா நோய் பரவியபோது அதைக் கட்டுப்படுத்த துண்டுப் பிரசுரம் அடித்து விநியோகித்தவர்.

திருச்சபைக்குள் சாதி வேறுபாடுகளைக் கடுமையாக எதிர்த்தவர். ஆசிரியப் பயிற்சிப் பள்ளியில் வேளாளர்கள் சாதி வேற்றுமை பாராட்டியபோது பள்ளிக்கூடத்தை இழுத்து மூடிவிடுவேன் என

எச்சரித்து அப்படியே மூடியவர். சாதி வேறுபாடுகளைக் கண்டித்து 'சீர் தூக்கல்' என்ற சிறு துண்டுப் பிரசுரத்தை வெளியிட்டார். அது திருச்சபை மேலிடத்திற்குப் பிடிக்கவில்லை. பின்னர் ஆங்கிலேயப் படை அதிகாரிகளின் மதம் மாறாத ஆசை நாயகிகளின் பிள்ளைகளுக்குத் திருமுழுக்குத் தர மறுத்ததால் திருச்சபையிலிருந்து நீக்கம் செய்யப்பட்ட புரட்சிவாதி. அதன் விளைவாக 1839இல் அவர் மறைந்தபோது அடைக்கலபுரம் கல்லறைத் தோட்டத்தில் இடம் தர மறுத்துவிட்டனர். இத்தனைக்கும் அடைக்கலபுரம் கல்லறைத் தோட்ட நிலத்தை 1823இல் மாவட்ட ஆட்சியரிடமிருந்து அவரே நன்கொடையாகப் பெற்றார் என்று அவரது நாட்குறிப்பு கூறுகிறது.

இனி பாளையங்கோட்டைக்குக் 'கல்வி நகரம்' என்ற பெருமையினைப் பெற்றுத்தந்த பத்தொன்பதாம் நூற்றாண்டு வரலாற்றைப் பார்ப்போம். இரேனியஸ் அடிகளார் பாளையங் கோட்டைக்கு வந்த மூன்று ஆண்டுகளில் 1822இல் 'ஞானோபதேச வினா விடை' என்ற சிறிய நூலைக் கிறித்தவப் போதகர்களுக்காக எழுதி வெளியிட்டார். அவரே, அதே ஆண்டில் மேரி சார்ஜென்ட் ஆசிரியப் பயிற்சிப் பள்ளியையும் தொடங்கினார். இதற்காகவும் கிறித்தவத் தேவாலயம் ஒன்று கட்டவும் திருநெல்வேலி செல்லும் நெடுஞ்சாலையிலுள்ள சில நிலங்களைப் பாளையங்கோட்டையில் இருந்த வெங்கு முதலியாரிடமிருந்து மிகக் குறைந்த விலையான அறுநூறு ரூபாய்க்கு வாங்கினார். இப்போது ஊசிக்கோபுரம் என வழங்கும் கிறித்துவப் பேராலயத்திற்கு அவரே கி.பி.1826இல் அடிக்கல் நாட்டினார்.

வெங்கு முதலியாரிடமிருந்து வாங்கிய நிலத்தில் இரேனியஸ் அடிகளாரின் மனைவி, 1823இல் போதகர்கள் வீட்டுப் பிள்ளைகள் படிக்க இருபத்து மூன்று பிள்ளைகளுடன் ஒரு பள்ளியைத் தொடங்கினார்.

இந்தப் பள்ளிக்கூடம் 'இரேனியஸ் அம்மா பள்ளிக்கூடம்' என அழைக்கப்பட்டது. அக்காலத்தில் அரசின் நிதி உதவி கிடைக்காத காரணத்தால், திருச்சபையின் செலவிலேயே இப்பள்ளி நடத்தப்பட்டது. இப்பள்ளியில் காலையில் கல்வி சம்பந்தமான பாடங்களும் பிற்பகலில் மத போதனைப் பாடங்களும் நடத்தப்பட்டன. இரேனியஸ் அடிகள் காலத்திற்குப் பின்னர் பேராயர் எட்வர்டு சார்ஜென்ட் என்பவரின் மனைவி எலிசபெத் கிரேவர் இப்பள்ளிகளுக்குப் பொறுப்பாக இருந்தார். பின்னர் பேராயரின் இரண்டாம் மனைவி மேரி சார்ஜென்ட் பொறுப்பேற்றார். பள்ளிக்கு வரும் பிள்ளைகளுக்கு ஒரு துண்டு கருப்புக்கட்டியும் கொஞ்சம் நிலக்கடலையும் தின்பண்டம் வாங்கித் தின்ன ஒரு பைசாவும் நாள்தோறும் கொடுத்துவந்தார். இதுவே

தமிழ்நாட்டில் பெண்களுக்கான உணவு, உறைவிடப் பள்ளியாகத் தொடங்கப்பட்ட இரண்டாவது பள்ளி ஆகும். இவ்விடத்தில் தமிழகக் கல்வித்துறையில் நடந்த பிற நிகழ்வுகளையும் ஒப்பு நோக்க வேண்டும்.

லார்டு மெக்காலே பிரபுவின் கல்வித் திட்டம் நடைமுறைக்கு வந்தபோது, உள்நாட்டுப் பள்ளிகள் அனைத்தும் மூடப்பட்டன. ஆங்கில வழிப் பள்ளிக்கூடங்களே நிலைபெற்றன. பின்னர் 1882இல் ரிப்பன் பிரபு வைசிராயாக இருந்தபோது 'ஹண்டர் ஆணையம்' அமைக்கப் பெற்றது. இந்த ஆணையமே பள்ளிகளில் தாய்மொழியில் கற்பிக்க வேண்டும் என்னும் பரிந்துரையை அளித்தது. அதை ரிப்பன் பிரபு நடைமுறைப்படுத்தினார். அதற்கு முன்னரே 1854இல் பள்ளிக் கூடங்களுக்கு அரசாங்க நிதி நல்கை (Grandinaidcode) நடைமுறைப் படுத்தப்பட்டது. கர்சான் பிரபுவே 1904இல் இந்தியப் பல்கலைக்கழகச் சட்டத்தையும் கொண்டுவந்தார். அரசாங்க நிதி நல்கை கிடைத்த பின்னரே தமிழகத்தில் ஏராளமான தொடக்கப் பள்ளிகள் தொடங்கப் பட்டன. இவற்றுள் பெருந்திரள் (இந்து) மக்கள் தொடங்கிய பள்ளிகளும் அடக்கம்.

நிதிநல்கை தாராளமாகக் கிடைத்த காரணத்தால் பாளையங் கோட்டைக்குக் கத்தோலிக்கப் பங்குத் தந்தையாக வந்து சேர்ந்த வெர்டியர் அடிகளார் படைப் பயிற்சித் திடலுக்கு எதிராகக் கோட்டையின் தெற்குச் சுவருக்குள்ளாக இருந்த பகுதியில் தூய பிரான்சிஸ் பள்ளிக் கூடத்தைத் தொடங்கினார்.

18ஆம் நூற்றாண்டின் நடுப்பகுதியில் நெல்லை மாவட்டத்தின் பாளையக்காரர்களுக்கும் ஆங்கிலேயர்களுக்கும் நெடுநாட்களாக நடந்த போர் ஓயத் தொடங்கியது. கான்சாகிப் என்ற யூசுப்கான், சார்லஸ் கேம்பல் ஆகிய இருவரும் பாளையங்கோட்டையைக் கைப்பற்றிக்கொண்டனர்.

ஆனால் சமூகத் தளத்தில் இக்காலத்தில் நடந்த பெரிய மாறுதல்களுக்கான வித்து ஒன்று அப்பொழுதுதான் கோட்டை மண்ணில் விழுந்தது. கோட்டைக்குள் இப்போதுள்ள சேவியர் மேனிலைப் பள்ளி விளையாட்டுத் திடலில் இராணுவ முகாம் இருந்தது. அதற்கு எதிரில் சிறிய கல்லறைத் தோட்டம் இருந்தது. அக்காலத்தில் உயர் சாதியைச் சார்ந்த விதவைப் பெண்களை ஆங்கிலேய அதிகாரிகள் ஆசைக்குரியவர்களாக வைத்துக்கொண்டு குடும்பம் நடத்துவதுண்டு. அந்த வகையில் தஞ்சாவூரிலிருந்து பாளையங்கோட்டைக்கு மாறுதலாகி வந்த கேப்டன் லிட்டில்டன் என்ற அதிகாரி தஞ்சாவூரைச் சேர்ந்த கோகிலா என்ற பணக்கார மராட்டிய விதவைப் பெண்ணைத் தன்னோடு அழைத்துவந்தார். (Raja Clarinda - widow, concubine, patroness: women's leadership in Indian church - Eliza F. Kent) அப்பொழுது

இராமநாதபுரத்திலிருந்து பாளையங்கோட்டைக்கு வந்த பேராயர் ஸ்வார்ட்ஸ் என்பவர் கிறித்தவராக மாற விரும்பிய அந்தப் பெண்ணுக்கு முறையற்ற உறவுடையவள் என்று காரணங்காட்டி, ‘ஞானஸ்நானம்’ (திருமுழுக்கு) கொடுக்க மறுத்துவிட்டார்.

ஆறு ஆண்டுகள் கழித்து பேராயர் ஸ்வார்ட்ஸ் திருநெல்வேலிக்குத் திரும்பவும் வந்தபோது அந்தப் பெண்ணின் கணவர் லிட்டில்டன் இறந்துவிட்டதனால், ஸ்வார்ட்ஸ் ஐயரிடம் வந்து திரும்பவும் ‘ஞானஸ்நானம்’ கேட்டாள். ஸ்வார்ட்ஸ் ‘ஞானஸ்நானம்’ வழங்கினார்.

1787ஆம் ஆண்டு நடந்த நிகழ்ச்சி இது. அதன் பின்னர் கிளோரிந்தா என்ற பெயரோடு அப்பெண் சீர்திருத்தக் கிறித்தவ பரப்புதலில் தீவிரமாக ஈடுபட்டார். அவரது முயற்சியில் ஒரு சிற்றாலயம் கட்டப் பட்டது. அதனை அடுத்து, பொதுமக்களின் பயன்பாட்டிற்காகக் கிணறும் வெட்டினார். அந்தக் கிணறு ‘பாப்பாத்தி கிணறு’ என்ற பெயரில் அண்மைக் காலம் வரை வழங்கப்பட்டுவந்தது.

இக்கல்லறைத் தோட்டத்திலுள்ள கல்லறைகளில் காலத்தால் முந்தியது கி.பி. 1765இல் உள்ளது எனப் பேராயர் கால்டுவெல் இதனை நேரில் கண்டு எழுதியுள்ளார். கிளோரிந்தா கட்டிய சிற்றாலயத்தில்தான் தென்னிந்திய திருச்சபையைச் சார்ந்த ஆங்கிலேயப் படைவீரர்கள் வழிபாடு செய்துவந்தனர்; (படையிலிருந்த ஆங்கிலக் கத்தோலிக்க வீரர்கள் சவேரியார் கோவில் என்ற பெயரில் அமைக்கப்பட்ட சிற்றாலயத்தில் வழிபாடு நடத்தினர்.) கி.பி. 1765இல் இதற்குச் சற்று கிழக்கே கோட்டையின் தென்கிழக்கு மூலையிலிருந்த காலி இடத்தில் பெரிய அளவில் ஒரு திருச்சபைத் தேவாலயம் கட்டப்பட்டது. இப்போது யோவான் கல்லூரி வாசலருகே அமைந்த அந்தத் தேவாலயம் மிலிட்டரி லயன் தேவாலயம் என்றே அழைக்கப்படுகிறது.

பாளையங்கோட்டை எனும் பழைய கோட்டை நகரம் இன்று நெல்லை மாநகராட்சியின் நாலைந்து வட்டாரங்களுள் ஒன்றாகச் சுருங்கிவிட்டது. சேவியர் கல்லூரிக்கு வடக்கு, கடைத் தெருவுக்குத் தெற்கு, மாநகராட்சியின் பாளை மண்டல அலுவலகத்திற்குக் கிழக்கு, காவல் துறை கண்காணிப்பாளர் அலுவலகத்துக்கு மேற்கு என்பதாக அதன் எல்லைகளைத் தோராயமாகச் சொல்லலாம். முன்னரே குறிப்பிட்டபடி பாண்டியன் அரிகேசரி மாறவர்மனின் மகன் பராந்தகன் வீரநாராயணன் (863-904) இந்தக் கோட்டையினைக் கட்டி, கோட்டையின் மேற்குப்புறமாக இராஜகோபாலசாமி என வழங்கப்படும் கோபாலன் கோயிலையும் கட்டினான். அதற்கு முன்னர் இப்பகுதி தாமிரபரணி நதியின் கிழக்குப்புறத்தில் தருவைக் காடாக இருந்திருக்க வேண்டும்.

பழைய கோட்டை நகர எல்லைக்குள் பிராமணர், சைவ வேளாளர், யாதவர் எனப்படும் இடையர், கத்தோலிக்கக் கிறித்தவர்கள், சௌராட்டிரர் என்னும் பட்டு நெசவாளர் உள்ளிட்ட இன்னும் பல சாதியினர் வாழ்கின்றனர். குடியிருப்புகளைப் பொறுத்தமட்டில் ஒரு கிராமத்தினைப் போலவே, சாதிக் குடியிருப்புகளின் அடுக்குகளாகவே அமைந்துள்ளன. ஆனால் சாதி, மதங்களின் பெயரால் இந்த ஊரில் பிணக்குகளோ சண்டைகளோ ஏற்பட்டதில்லை என்பது குறிப்பிடத்தக்கது.

கி.பி. ஒன்பதாம் நூற்றாண்டில், கோபாலன் (இராஜகோபாலன்) கோயிலைச் சுற்றி ஓர் அக்கிரகாரமும் ரதவீதிகளில் வேளாளர் வீடுகளும் கிழக்கே சில யாதவர் வீடுகளும் இருந்தன. எஞ்சிய வேளாளர்களும் யாதவர்களும் காலப்போக்கில் கோட்டைக்குள்ளிருந்த காலிமனைகளில் குடியேறினர்.

கோபாலன் கோயிலுக்கும் சிவன் கோயிலுக்கும் இடையிலிருந்த காலி இடத்தில், விசயநகர ஆட்சிக் காலத்தில் (கி.பி. பதினேழாம் நூற்றாண்டின் தொடக்கத்தில் - தோராயமாக சதாசிவ தேவ மகாராயர் காலத்தில்) பெருந்தொகையினரான பட்டு நெசவாளர் குடியேற்றப் பட்டனர். இந்தப் பகுதியில் அவர்களால் கிருஷ்ணன் கோயில், இராமசாமி கோயில், வெங்கடாசலபதி கோயில் ஆகிய மூன்று கற்கட்டுமானக் கோயில்கள் உருவாயின.

கி.பி.பதின்மூன்றாம் நூற்றாண்டில் கோட்டையின் தென்மேற்குப் பகுதியில் காலியாகக் கிடந்த இடத்தில், இராமசாமி கோயிலும் தெப்பக் குளமும் உருவாக்கப்பட்டதில் சிறிய அக்கிரகாரமும் உருவானது.

பாளை நகரத்தின் வட்டாரப் பெருமை பத்தொன்பதாம் நூற்றாண்டில்தான் தொடங்குகிறது.

போதகர் அருள்திரு ஜான் டக்கர் என்பவரின் சகோதரி சாராள் டக்கர் 1857இல் காலமானார். சகோதரியிடம் கொண்ட அன்பு மேலீட்டால் அவள் பெயரில் ஜான் டக்கர் நினைவு நிதி தொடங்கினார். அதில் அன்றைய பிரிட்டிஷ் மதிப்பில் 208 பவுண்டுகள் சேர்ந்தன. அத்துடன் தன்னுடைய சொந்தப் பணம் ரூ.3500/- சேர்த்து நெல்லைத் திருமண்டிலப் பேராயர் எட்வர்ட் சார்ஜன்டிடம் வழங்கினார். பேராயர் இப்பணத்தைக் கொண்டு பதினாறு ஏக்கர் நிலத்தை வாங்கினார்.

பாளை நகரத்தின் கல்விப் பெருமைகளில் குறிப்பிடத்தக்கது, இயற்கையால் வஞ்சிக்கப்பட்ட கண் தெரியாதவர்களுக்கும் காது கேளாதவர்களுக்கும் ஒரு நூற்றாண்டுக் காலத்துக்கு முன்னரே (19ஆம் நூற்றாண்டின் இறுதியில்) கல்வி வாய்ப்பினை அளிக்க முன்வந்ததே ஆகும். தொடக்கப் பள்ளிகள், உயர்நிலைப் பள்ளிகளின் எண்ணிக்கையால்

அல்ல; மேற்குறித்த மாற்றுத் திறனாளிகளுக்கும் கல்வி வழங்கியதால் தான் இந்த நகரம் 'தென்னிந்தியாவின் ஆக்ஸ்போர்ட்' என்ற பெருமையைப் பெற்றது.

1863இலேயே இரண்டாம் நிலைக் கல்லூரியாக இருந்த சாராள் டக்கர் கல்லூரியில் அக்காலத்தில் இங்கிலாந்திலிருந்து வந்த பேராசிரியர்களே தொண்டுள்ளத்துடன் பணியாற்றினர். அக்காலத்தில் பயிற்று மொழி ஆங்கிலமாகவே இருந்த காரணத்தால் இப்படி ஒரு முடிவு திருச்சபைக்கு இயல்பாகவே வாய்த்தது.

அவ்வாறு வந்தவர்களில் ஒருவரே ஆனி 'ஜன் ஆஸ்க்வித் என்னும் கண்ணம்மையார். இறையடியார்களுள் இறைவனுக்கே கண் கொடுத்தவரைக் 'கண்ணப்பர்' என்று அழைப்பது போல கண் தெரியாதவர்களுக்குக் கலைமகளின் அருட்காட்சி பெற்றுத் தந்தவரைக் கண்ணம்மை என்று அழைப்பதே நன்றியுணர்ச்சிக்குப் பொருத்தமாக இருக்கும்.

1918க்குள் இப்பள்ளியில் மாணவர் எண்ணிக்கை நூற்றுக்கும் மேலாக வளர்ந்தது. இது உண்டு உறைவிடப் பள்ளியாகும். இப்பள்ளியில் அரசுமுறைக் கல்வியோடு இசை, நெசவு ஆகிய துறைகளும் அறிமுகப் படுத்தப்பட்டன. மாணவர்கள் இசைக்கருவி வாசிக்கவும் செவ்வியல் இசை பயிலவும் செய்தனர்.

பாளை நகரம் தன்னுடைய எல்லாக் கல்விப் பெருமைகளையும் 19ஆம் நூற்றாண்டில்தான் பெற்றது. ஏராளமான தொடக்கப் பள்ளிகள், பெண்களுக்கான பள்ளிகள், உயர்நிலைப் பள்ளிகள், கல்லூரிகள் என்பவற்றோடு பாளை நகரத்தின் கல்விப் பெருமை நிறைவடைய வில்லை. கண் தெரியாதவர்களுக்கு இந்த நகரம் கல்விச் செல்வத்தை வழங்கியது; காது கேளாத, வாய்பேச முடியாதவர்களுக்குக் கல்விப் பேற்றினை வழங்கியது.

இதைச் சற்று விரிவாகப் பார்ப்போம். சாராள் டக்கர் கல்லூரியில் பணியாற்றிவந்த ஆனிஜேன் ஆஸ்க்வித் அம்மையாரிடம் சுப்பு என்ற சிறுவனை அழைத்து வந்தனர். தாராள மனமுடைய அந்த அம்மையார், என்னிடம் கல்விதான் இருக்கின்றது, காசு இல்லை என்றார். எனக்குக் கல்வியாவது கொடுங்கள் என்று அச்சிறுவன் கூறினான். பின் அவனிடம் 'நீ உழைத்துப் பிழைத்தால் என்ன' என்று கேட்டார். 'கண் தெரியாத எனக்கு என்ன வேலை கிடைக்கும்' என்றான் அவன். அம்மையார் அவனுக்குப் பங்கா இழுக்கக் கற்றுக்கொடுத்து, அந்த வேலையை வழங்கினார். மின்சாரமும் மின்விசிறியும் வருவதற்கு முன்னர் அதிகாரியின் தலைக்கு மேல் மரச்சட்டத்தில் கட்டப்பட்ட

ஜமுக்காளம் ஒன்று தொங்கும். அதிகாரியின் அறைவாசலுக்கு வெளியில் சிறு நாற்காலியில் அமர்ந்திருக்கும் கடைநிலைப் பணியாளர் தன் கையில் தரப்பட்டிருக்கும் கயிற்றின் மூலம் அந்தப் பங்காவை இயக்குவார். பெரிய கைவிசிறி அளவிற்குக் காற்று வரும். இந்த வேலையை அந்த அம்மையார் சிறுவன் சுப்புவிற்குக் கற்றுக்கொடுத்தார். அவன் நாள்தோறும் நான்கு கிலோ மீட்டர் தொலைவு நடந்துவந்து இந்த வேலையைச் செய்தான். இரண்டு ஆண்டுகள் கழித்து 1880இல் ஆஸ்க்வித் அம்மையார் தன்னுடைய தாயகமான இங்கிலாந்திற்குச் சென்றார். அந்நாட்டில் அப்பொழுதே கண் தெரியாதார் பள்ளிகள் இருந்தன. டாக்டர் வில்மூன் என்பவர் ரோமன் எழுத்தில் ஆங்கிலத்தை பிரெய்லியில் எழுதிக் கற்றுக்கொடுத்துக்கொண்டிருந்தார்.

அம்மையார், டாக்டர் மூன் உதவியோடு அந்த எழுத்துமுறையைத் தமிழுக்கு மாற்ற முயற்சிசெய்தார். முதலில் தமிழிலுள்ள பன்னிரண்டு உயிர் எழுத்துகளையும் பதினெட்டு மெய் எழுத்துகளையும் ப்ரெய்லி வடிவில் மாற்றினார். தானும் அதனைக் கற்றுக்கொண்டார். பின்னர் சில புத்தகங்களோடும் பிரெய்லி எழுது பலகை(Slate)யோடும் பாளை நகரம் திரும்பினார். முதலில் சிறுவன் சுப்புவிற்கு அதனைக் கற்றுக் கொடுத்தார். மிக விரைவில் அவன் அதில் சிறந்த தேர்ச்சிபெற்றான்.

1890இல் சுப்புவையே முதல் ஆசிரியராகக் கொண்டு, கண் தெரியாத ஏழு மாணவர்களுக்கு ஒரு வகுப்பைத் தொடங்கினார். இந்த வகுப்பு சாராள் டக்கர் பள்ளி வளாகத்திலேயே நடந்தது. பள்ளி வளர்ந்துவந்த காரணத்தினால் விரைவில் இட நெருக்கடி ஏற்பட்டது. மாலை நேர நடைப்பயிற்சிக்குச் செல்லும்போது காலியாகக் கிடந்த ஒரு பெரிய நிலம் அம்மையார் கண்ணிற்குப் பட்டது. அந்தக் காலிமனை ஆயுதப்படைக் காவலர் குடியிருப்பிற்குக் கிழக்காக இருந்தது. ஆசாரி ஒருவரிடமிருந்து அதில் பன்னிரண்டு ஏக்கர் நிலத்தை அம்மையார் 1890இல் விலைக்கு வாங்கினார்.

அக்காலத்தில் பெருந்திரள் (இந்து) சமூகத்தில் இந்த முயற்சி பெரிய வரவேற்பைப் பெற்றது. திருச்சபை உறுப்பினர்களோடு பெருந்திரள் சமூகத்துப் பணக்காரர்கள் மனிதாபிமான நோக்கில் பொருளுதவி செய்தனர். 1908இல் பள்ளி இப்போதுள்ள வளாகத்திற்கு மாற்றப்பட்டது. சமயம் சார்ந்த மூட நம்பிக்கைகளின் முகத்தில் அடிப்பது போல அம்மையார் அந்த வளாகத்திற்குத் 'தரிசன மனை' எனப் பெயரிட்டார். இங்கிலாந்திலிருந்த அறவுணர்வாளர்கள் அவ்வப்போது உதவிகள் செய்தனர். நெல்லையைச் சேர்ந்த செல்வந்தர் தளவாய் முதலியார் நூறு ரூபாய் நன்கொடை அளித்தார். 1918இல் நடந்த கல்வி விழாவில்

அப்போதைய வைசிராய் பென்ட்லென்ட் கலந்துகொண்டார். மாணவர்களின் தேவைக்காக கிணறு வெட்டப்பட்டது.

தளவாய் முதலியார் குடும்பத்தினர் கண்பார்வையற்ற மேல்சாதி மாணவர்களின் நலனுக்காக ஒரு கட்டடத்தைக் கட்டிக்கொடுத்தனர். இருபத்தைந்து ஆண்டுகளுக்கு முன்வரை அக்கட்டடம் இருந்தது.

இப்பள்ளியில் மாணவர்களிடம் கல்விக் கட்டணம் எதுவும் பெறப்படவில்லை. தமிழ், ஆங்கிலம், கணக்கு, மதபோதனை ஆகிய பாடங்கள் நடத்தப்பட்டன. பயிற்சிமொழி தமிழாக இருந்தது. திருச்சபையினையும் நன்கொடையாளர்களையும் நம்பியே பள்ளி நடந்துவந்தது. 1918இல் இங்கிலாந்து சென்ற ஆஸ்க்வித் அம்மையார் அங்கே காலமானார். அதற்கு முன்னரே நூற்றுக்கணக்கான மாணவர்கள் இப்பள்ளியில் பத்தாவது வரை படித்து வெளியேறியுள்ளனர்.

அம்மையாரின் காலத்தில் இப்பள்ளி நிகழ்த்திய மற்றொரு மகத்தான சாதனை பிரெய்லி எழுத்தில் முதல் தமிழ்ப் புத்தகத்தை வெளியிட்டதாகும்.

அது விவிலியத்தில் யோவான் எழுதிய நற்செய்தியாகும். இந்தப் புத்தகம் 1903இல் வெளியிடப்பட்டது. இந்திய மொழிகளில் பிரெய்லி எழுத்தில் வெளியிடப்பட்ட முதல் நூல் இதுவே. அப்பொழுது பள்ளி மின்சார வசதி பெறவில்லை. ஆஸ்க்வித் அம்மையாருக்குப் பிறகு நெடுங்காலம் பள்ளியின் முதல்வராக பால் ஜோனத்தான் என்பவரே இருந்தார். அவர் முதல்வராக இருந்த காலத்தில்தான் 1947இல் இப்பள்ளி மின்சார வசதி பெற்றது. பள்ளியில் தமிழ்நாட்டைச் சேர்ந்த மாணவர்கள் மட்டுமன்றி ஆந்திரம், கேரளம், இலங்கையைச் சேர்ந்த மாணவர்களும் கல்வி பயின்றனர். இதுவரை ஆயிரத்திற்கும் மேற்பட்ட மாணவர்கள் இப்பள்ளியில் படித்துச் சென்றுள்ளனர். பயிற்சி முடித்த பின்பு, ஆதரிப்பார் இல்லாத மாணவர்கள் முதுமை வரை அங்கேயே தங்கிக்கொள்ளலாம். அவர்களுக்காகத் தனி இல்லம் அமைக்கப்பட்டுள்ளது. எப்படியிருந்தாலும் தமிழகத்தின் கல்விப் பெருமைகளில் ஒன்றாக இப்பள்ளி திகழ்கின்றது என்பதில் ஐயமில்லை.

மாற்றுத்திறனாளர்களுக்கான பள்ளி

ஆஸ்க்வித் அம்மையாரைப் போலவே இங்கிலாந்திலிருந்து சாராள் தக்கர் கல்லூரிக்கு ஆசிரியராகப் பணி செய்ய வந்தவர் ஃபிளாரன்ஸ் ஸ்வயின்சன் அம்மையார். சமூ சேவையில் நாட்டமுடைய இவரிடம், வாய்பேச இயலாத இரண்டு பெண்கள் வந்து தங்களுக்குக் கல்வி வேண்டும் என்று கேட்டனர். அவர் இங்கிலாந்திலுள்ள நண்பர்களுக்கு எழுதிச் சில புத்தகங்களை வரவழைத்தார். பின்னர் டாக்டர் தனக்கோடி

ராஜ் என்பவர் நடத்திவந்த மருத்துவமனையை அதிலுள்ள கட்டடங்களோடு சேர்த்து வாங்கினார். அது மொத்தம் பதினான்கு ஏக்கர் ஆகும். டாக்டர் தனக்கோடி ராஜ் பாளை நகரத் தொடக்கக் கால கிறித்தவர்களில் ஒருவர். திருச்செந்தூரிலும் தூத்துக்குடியிலும் அவருக்கு உப்பளங்கள் இருந்தன. சென்னையில் இரும்பு உருக்கும் தொழிற்சாலை வைத்திருந்தார் எனத் தெரிகிறது. பணக்காரரான இவரிடமிருந்து ஸ்வயின்சன் அம்மையார் நன்கொடையாகப் பெற்றதே அந்நிலமாகும்.

காதுகேளாப் பெண்கள் நால்வருடன் கி.பி. 1895இல் தொடங்கப் பட்டது. இதற்கிடையில் இங்கிலாந்து சென்ற ஸ்வயின்சன் அம்மையார் விரல்களால் பேசும் கலையை (Dactilology) அறிந்து வந்திருந்தார். அந்தப் பயிற்சியினை அந்த மாணவர்களுக்குக் கொடுத்தார். கி.பி. 1901இல் இப்பள்ளிக்கு அரசு அங்கீகாரம் கிடைத்தது. பத்தாம் வகுப்பு வரை இருந்த இந்தப் பள்ளியில் ஆங்கிலம், கணக்கு, அறிவியல், மத போதனை ஆகிய வகுப்புகள் நடத்தப்பட்டன. 1951இன் கணக்கின்படி 116 மாணவிகள் பயின்றனர். இப்போது மாணவர்கள் பத்தாம் வகுப்பு அரசுத் தேர்வினையும் எழுதுகின்றனர்.

பிற பள்ளிகள்

பேராயர் ஜேம்ஸ்ஹோப் 1818இல் ஒரு தமிழ் ஆங்கிலப் பள்ளியை தொடங்கினார். முதல் இரண்டு ஆண்டுகள் இப்பள்ளி வாடகைக் கட்டடத்தில் இயங்கியது. பின்னர் இது நெல்லை நகரத்திலிருந்த சாப்டர் பள்ளி வளாகத்திற்கு மாற்றப்பட்டது. மீண்டும் அங்கிருந்து 1928இல் பாளையங்கோட்டையிலுள்ள யோவான் பள்ளி வளாகத்திற்கு மாற்றப்பட்டது. அதுவே பின்னர் நடுநிலைப் பள்ளியாகவும் உயர்நிலைப் பள்ளியாகவும் மேல்நிலைப் பள்ளியாகவும் வளர்ந்தது. 1925இல் யோவான் பள்ளி, யோவான் கல்லூரி நிலங்கள் விலைக்கு வாங்கப்பட்டன. CMS கல்லூரி என்னும் பெயரில் சாப்டர் பள்ளி வளாகத்தில் இயங்கிய கல்லூரி இரண்டாம் நிலைக் கல்லூரியாக பாளையங்கோட்டைக்கு மாற்றப்பட்டது (அதாவது FA வகுப்புவரை உள்ள கல்லூரி).

அப்பொழுது பேராயராக இருந்த செல்வின் கல்லூரியின் முதல்வராகவும் இருந்தார். 1943இல் இக்கல்லூரியில் மலையாளமும் இரண்டாம் மொழியாகக் கற்பிக்கப்பட்டது.

மேரிஆடன் பள்ளி

கோட்டை நகரத்திற்கு வெளியேயும் ஒரு பள்ளியினை நிறுவ வேண்டுமென்று திருச்சபையினர் ஆசைப்பட்டனர். அந்தக் காலத்தில் இங்கிலாந்து கப்பல் பயணத்தின்போது இறந்துபோன தமது மகள்

மேரி இசபெல்லா ஆடன் நினைவாக அவளது தந்தை ஆல்பெர்ட் ஹென்றி ஆடன் என்பவர் ஒரு பெருந்தொகையினைப் பள்ளிக்கு நன்கொடையாக வழங்கினார். 1898இல் பன்னிரண்டு மாணவர்களோடு ஓலைக்கொட்டகையில் இப்பள்ளி தொடங்கப்பட்டது. இன்று இரண்டாயிரத்து ஐந்நூறு மாணவர்களோடு மாவட்டத்திலேயே பெரிய நடுநிலைப் பள்ளியாக இயங்கிவருகிறது. பாளை நகரத்து ஏழை மக்களுக்கு, குறிப்பாக தாழ்த்தப்பட்ட மாணவர்களுக்கு இந்தப் பள்ளி பெரிய கல்விச்சேவையினை வழங்கியது.

பாளையங்கோட்டை

1863 முதல் நகராட்சியாக விளங்கிய இந்த ஊர் இப்பொழுது திருநெல்வேலி மாநகராட்சியோடு இணைக்கப்பட்டுள்ளது. தற்போதுள்ள இந்த மண்டலம் நகரின் விரிவாக்கப் பகுதிகளையும் உள்ளடக்கியதாகும்.

பாளை நகரம் சேவியர் கல்லூரிக்கு வடபுறமாகவும் யோவான் கல்லூரிக்கு மேல்புறமாகவும் கோட்டூர் சாலைக்குத் தென்புறமாகவும் அமைந்திருந்தது.

தமிழ்நாட்டில் மிக வெப்பமான ஊர்களென்று அறியப்பட்ட வேலூர், திருத்தணி, ஆரணி என்ற ஊர்களின் வரிசையில் இந்த நகரத்திற்கும் ஓர் இடமுண்டு. கடல் மட்டத்திலிருந்து 155 அடி உயரத்தில் அமைந்துள்ள இந்த ஊரின் அதிகபட்ச வெப்பம் 2010இல் 106^{0} பாரன்ஹீட் ஆகும். இந்த ஊரின் மழை அளவு தமிழ்நாட்டின் சராசரி மழை அளவைவிட குறைவு.

நகரத்தின் மேற்கு எல்லையாகவும் வடக்கு எல்லையாகவும் தாமிரபரணி நதி ஓடுகிறது. பழைய கோட்டையின் மேற்குச் சுவருக்கும் நதிக்கும் இடையில் பசுமையான நன்செய் வயல்கள் இருந்தன. அதுபோலவே கோட்டையின் வடக்குச் சுவருக்கும் தாமிரபரணி நதிக்கும் இடையில் மிகப் பரந்த அளவில் நன்செய் வயல்கள் இருந்தன; இன்றும் இருக்கின்றன. கோட்டையின் மேற்குச் சுவரின் அருகில் ஓடும் பாளையங்கால்வாய் அதன் வடக்குச் சுவரை ஒட்டியும் ஓடுகிறது. இதன் வழியே வயல்களுக்கான நீர் கிடைக்கின்றது.

கல்வெட்டுகளிலிருந்து தாமிரபரணி நதியானது, தண் பொருந்தம் என்றும் தண் பொருந்தப் பேராறு என்றும் அழைக்கப்பட்டு வந்தது தெரியவருகின்றது.

பழைய கோட்டை நகரத்தில் மேற்கு வாசலிலிருந்து கிழக்கு வாசலுக்குச் செல்லும் வழியே இப்போது தெற்குக் கடைத்தெரு என்று அழைக்கப்படுகிறது.

கோட்டையின் தெற்கு வாசலிலிருந்து, (இப்போதுள்ள மாவட்ட மைய நூலகத்திலிருந்து) வடக்குக் கடைத்தெரு நோக்கிச் செல்லும் பாதை கோட்டையின் வடக்கு வாசலில் முடிந்திருக்கிறது. அந்த வாசலோ அதன் சுவடுகளோ இப்போதில்லை. தென் மேற்கு மூலைக் கொத்தளத்தில் கட்டபொம்மன் சிலைக்குக் கீழாக இருந்த காவல் கூடம் மண்ணால் மூடப்பட்டுள்ளது.

அரசு அருங்காட்சியக வளாகத்திற்கு எதிரில் வடக்கு நோக்கிச் செல்லும் தெருவில், கோட்டையின் உட்புறமாக இருந்த பெரிய கல் கட்டடம் நான்கைந்து ஆண்டுகளுக்கு முன்னால் இடிக்கப்பட்டுவிட்டது.

கம்மந்தான் கான்சாகிபு என்னும் படைத் தளபதி ஆங்கிலேய (நவாபு) படைகளுக்குத் தலைமை தாங்கி, கி.பி. 1756இல் பெரிய எதிர்ப்பு ஏதுமின்றிப் பாளையங்கோட்டையைக் கைப்பற்ற முயன்றான்; 1759இல் அவன் கைப்பற்றினான். அவனுடைய படையில் கிறிஸ்தவரான ஆங்கிலேய வீரர்களும் பாரசீகர்களான இசுலாமிய வீரர்களும் இருந்தனர். இந்தப் பாரசீக வீரர்களின் தொழுகைக்காகக் கோட்டையின் கிழக்கு வாசலில் வெளிப்புறமாகக் கட்டப்பட்ட பள்ளிவாசலே இன்று மிலிட்டரி லைன் பள்ளிவாசல் என்று அழைக்கப்படுகிறது.

கோட்டையின் தென்புறமாக இருந்த பரந்த திடலின் நடுப்பகுதி 'கோட்டையடிப் பொட்டல்' என்று அழைக்கப்பட்டு வந்தது. சேவியர் கல்லூரி முதல்வர் அறைக் கட்டடம், லொயோலா அரங்கம், பிரிட்டோ வளாகம், தேவாலயம் ஆகியவை இந்த இடத்தில்தான் அமைந்துள்ளன. கல்லூரி வளாகத்தின் மேற்பகுதி, ஆலமரங்கள் நிறைந்திருந்ததனால் 'ஆலங்கட்டை' என்று அழைக்கப்பட்டுள்ளது.

கோட்டையின் கிழக்குப் பகுதியிலும் பரந்த திடல் ஒன்று இருந்தது. நவராத்திரி விழாவில் எருமைத்தலை அரக்கன் (சூரன்) தலைவெட்டும் நிகழ்ச்சி நடைபெறும். மாரியம்மன் கோயில் மட்டும் அங்கு இருந்தது. கோட்டையின் மேற்குப் பகுதியில் திருவாங்கூர் செல்லும் சாலையில் பாளையங்கால்வாய் இருந்தது. அதனை அடுத்து, பசிய நெடிய வயல்கள் இருந்தன; இன்னும் இருக்கின்றன.

இந்தக் கோட்டை நகரம் தாய்த் தெய்வக் கோயில்களை நிறைய உடையதாக அமைந்துள்ளது. இத்தாய்த் தெய்வங்களின் தலைமைத் தெய்வமாகக் கருதப்படும் ஆயிரத்தம்மன் கோயிலே பழைய கோட்டையின் மையப்புள்ளி ஆகும். அரசர்களின் காலத்தில் நரபலி பெற்ற இந்தத் தெய்வம் பிற்காலத்தில் 'எருமைப்பலி' பெற்றது; இப்பொழுது 'காராட்டுப் பலி' மட்டும் நடக்கின்றது.

தமிழக வரலாற்றில் பாண்டிய நாடு என்பது பழைய மதுரை, இராமநாதபுரம், திருநெல்வேலி ஆகிய வருவாய் மாவட்டங்களை உள்ளடக்கியதாகும். இவற்றுள் தென்பகுதியில் அமைவது நெல்லை மாவட்டமாகும். பாண்டிய நாட்டின் தெற்குப் பகுதியில் அமைந்ததனால், தென்பாண்டி நாடு என்றும் அழைப்பர். இதன் ஒருபுற எல்லையாகக் கேரள நாடு அமைந்துள்ளது. கேரள நாடு எனப்படும் பழஞ்சேர நாட்டின், தெற்கு எல்லையாக இன்றைய குமரி மாவட்டம் அமைந்துள்ளது. குமரி மாவட்டத்தின் மேற்குப் பகுதியில் வேணாடும் (திருவனந்தபுரம் மாவட்டம்) நடுப்பகுதியில் நாஞ்சில் நாடும் (தோவாளை, அகஸ்தீஸ்வரம் வட்டங்கள்) தென்கிழக்கு எல்லையில் புறத்தாய நாடும் (கன்னியாகுமரி) அமைந்திருந்தன.

நெல்லை மாவட்டத்தின் நடுப்பகுதியில் திருநெல்வேலி நகரம் அமைந்துள்ள பகுதி கீழ்வேம்ப நாடு எனப்பட்டது. வேம்பன் என்பது பாண்டிய மன்னர்களின் தொன்மையான குடிப்பெயர்களில் ஒன்றாகும். எனவே இந்நிலப்பகுதி தொன்மைக் காலந்தொட்டு பாண்டியர்களின் ஆட்சிக்கு உட்பட்டிருந்தமை தெரிய வருகிறது. கீழ் வேம்ப நாட்டுக்குக் கிழக்காக நான்கு கி.மீ. தொலைவில் கீழ்க்களக் கூற்றம் அமைந்துள்ளது. பிற்காலத்தில் நாடு வளநாடு என அழைக்கப்பட்டது போல சங்க காலத்தில் நாட்டுப் பிரிவுகள் கூற்றம் என்னும் பெயரால் அழைக்கப் பெற்றன.

மிழலைக் கூற்றம் முத்தூற்றுக் கூற்றம் என்பது போல கீழ்க்களக் கூற்றமும் சங்க காலத்திய நாட்டுப் பிரிவாகத் தோன்றுகிறது. இக்கீழ்க் களக்கூற்றத்தின் தலைமையிடமாக ஸ்ரீவல்லப மங்கலம் என்னும் பாளை நகரம் அமைந்தது. இது பெரிய வருவாய்ப் பிரிவாகும். இதன் பகுதியாக பிடாகை என்னும் வருவாய்ப் பிரிவுகள் இருந்தன.

வடக்கே பாலாமடை (இராஜவல்லிபுரம்), வட கிழக்கே மணப்படை வீடு, கிழக்கே சீவலப்பேரி என வழங்கும் கீழ்க்களக் கூற்றத்துத் தென் திருமாலிருஞ்சோலை ஆகியவை அமைந்திருந்ததாகப் பாளை நகரக் கல்வெட்டுகளின் மூலம் அறிகிறோம்.

இந்த நகரில் இருந்த கோட்டையும் அதன் சுவடுகளும் அழிந்து விட்டபோதும் அதன் எச்சப்பாடுகள் ஆங்காங்கே காணப்படுகின்றன.

பழைய காலத்தில் பகை வீரர்களை அழிக்கக் கோட்டையிலிருந்து வெளியேறும் அரசன் அதன் வடக்கு வாசல் வழியேதான் வெளியேறுவான். இச்செய்தி சிலப்பதிகாரத்திலும் பேசப்படுகிறது. போருக்குப் புறப்படும் அரசனது வாளை வடக்கு நோக்கி அமைப்பது அக்கால வழக்கமாகும். வடநாட்டுப் போருக்குச் செல்லும் செங்குட்டுவன்

'வாளும் குடையும் வட திசை பெயர்க்க' என ஆணை இடுகிறான். இன்று வரை புரட்டாசி மாத நவராத்திரித் திருவிழாவில், எருமைத்தலை அரக்கனைப் போரிட்டு அழிக்கும் தாய்த் தெய்வம், வடக்கு நோக்கிச் சென்று கோட்டையை விட்டு வெளியேறும் வழக்கம் இருந்து வருகின்றது. புரட்டாசி மாதம் நவராத்திரித் திருவிழாவில் வடக்கு வாசல் வழியாகக் கோட்டையை விட்டுக் கிளம்பும் தாய்த் தெய்வம் எருமைத்தலை அரக்கனோடு போரிடும் பரந்த வெளியினை நோக்கித் திரும்பும். பழைய (மண்) கோட்டைகள் இருந்து அழிந்த எல்லா ஊர்களிலும் வடக்கு வாசல் இருந்த இடத்தில்தான் தாய்த் தெய்வம் போர்க்களம் நோக்கித் திரும்பும் நிகழ்ச்சி நடைபெறுகிறது. சில ஊர்களில் வடக்கு வாசல் காவல் தெய்வமான தாய்த் தெய்வம் மட்டும் எஞ்சி இருந்தால், அதனை வடக்கு வாசல் செல்வி (வடக்குவாச் செல்வி) என்று அழைப்பது வழக்கம். மதுரையிலுள்ள புகழ்பெற்ற செல்லத்தம்மன் கோயில், மதுரைக் கோட்டையின் வடக்கு வாசல் செல்வி கோயில் ஆகும்.

பாளையங்கோட்டையிலுள்ள தாய்த் தெய்வக் கோயில்கள் அனைத்தும் வடக்கு நோக்கி அமைந்துள்ளன. நவராத்திரித் திருவிழாவில் கோட்டையின் மையப் புள்ளியான தலைமைத் தாய்த் தெய்வமான ஆயிரத்தம்மனுடன் இணைந்து வடக்கு கடைத்தெரு வரை சென்று, அங்கிருந்து போரிடும் களமான மாரியம்மன் கோயில் திடலை நோக்கி கிழக்காகப் பிரிந்து வந்தன.

பாளையங்கோட்டை உள்ளும் புறமும்

ஸ்ரீ வல்லப மங்கலம் என்னும் இக்கோட்டை நகரம் கி.பி. ஒன்பதாம் நூற்றாண்டில் கட்டப்பட்டதை முன்னர் கண்டோம். இந்நகரக் கோயில்களிலுள்ள அறுபத்தொரு கல்வெட்டுகளாலும் இதன் வரலாற்றைத் தொடர்ச்சியாக அறிய முடியவில்லை. குறிப்பாக, பிற்காலப் பாண்டியர் கல்வெட்டுகளில் இராஜ கோபாலசாமி கோயிலிலும் சிவன் கோயிலிலும் காணப்படவில்லை. காலத்தால் மிகப் பிந்திய கல்வெட்டு கி.பி. 1918இல் ஏற்பட்டதாகும்.

குறிப்பாக 17, 18, 19ஆம் நூற்றாண்டுகளில் இந்த நகரம் பெற்ற வளர்ச்சியைக் குறிக்க ஐரோப்பிய ஆவணச் சான்றுகளைத் தவிர வேறு சான்றுகள் இல்லை.

கி.பி. 1754இல் ஆங்கில கும்பினிப் படைகளும் ஆற்காட்டு நவாபின் படைகளும் இக்கோட்டை நகரத்திற்குள் அடியெடுத்து வைக்கின்றன. அக்காலத்தில் கோட்டையிலிருந்த ஒரு சிறுபடை அவர்களை எதிர்த்துத் தோல்வியுற்றிருக்க வேண்டும். பிடிபட்ட கோட்டையினை அவர்கள் சிறைக்கூடமாகவே பயன்படுத்தி வந்துள்ளனர். 1782 ஜூலை 13இல்

கிழக்கிந்தியக் கம்பெனியகத்துத் தலைமையகத்தில் எழுதப்பட்ட கடிதத்தில் பாளையங்கோட்டைச் சிறைகளிலிருந்து கைதிகளின் பட்டியல் தரப்பட்டிருப்பதாகத் தெரிகிறது. அவர்களில் ஒருவர் இருபது ஆண்டுகளுக்கும் மேலாகச் சிறையில் இருந்துள்ளார். இந்தச் சிறைக் கூடம் பிரெஞ்சு நாட்டின் பாஸ்டைல் சிறையினைப் போல கொடுமையாக இருந்ததாகவும் எஸ்.ஜி.ஹில் எழுதிய நூலிலிருந்து அறிகிறோம்.

இதன் பின்னர் இக்கோட்டையினைப் பற்றிய குறிப்பு 1799இல் வெல்ஸ் (பிற்காலத்தில் கர்னல் வெல்ஸ்) எழுதிய குறிப்புகளிலிருந்து தெரியவருகின்றது. அவருடைய நூல் தரும் செய்திகளாவன:

1799ஆம் ஆண்டு இறுதியில் பதவி உயர்வு அளிக்கப்பெற்று தென் பகுதியிலிருந்து மூன்றாவது படையணியின் முதலாவது படைப் பிரிவுக்கு மாற்றப்பட்டேன். அப்போது மாவட்டத் தலைநகராயிருந்த பாளையங்கோட்டை அருகில் அந்தப் பிரிவு முகாமிட்டிருந்தது.

ஆற்றிலிருந்து இரண்டு மைல் தூரத்தில் வளமான சம தளத்தில் அந்தக் கோட்டை கட்டப்பட்டிருந்தது. கோட்டைச் சுவரிலிருந்து சிறு தொலைவில் தெளிந்த நீருடன் ஒரு வாய்க்கால் ஓடிக்கொண்டிருந்தது. கிட்டத்தட்ட இரண்டு மைல் சுற்றளவு - ஏறத்தாழ சதுர வடிவில் இரண்டு சுவர்களுடன் கோட்டை அமைந்திருந்தது. ஆனால் அகழி ஏதும் இல்லை.

உட்சுவர் வெளிச்சுவரைவிட மிக உயரமாக இருந்தது. வட்ட வடிவிலான சிறு கொத்தளங்கள் சுவரில் நிறைய இருந்தன. கோட்டைக்கு நான்கு முகப்பிலும் நான்கு வாசல்கள் இருந்தன. அவற்றைச் சுற்றி சதுர வடிவிலான கொத்தளங்கள் இருந்தன. மேற்கு, தெற்கு வாசல்கள் மூடப்பட்டிருந்தன. வடக்குக் கோட்டை வாசலிலிருந்து ஒரு சாலை திருநெல்வேலி தச்சநல்லூர் நோக்கிச் சென்றது. வழியில் ஆற்றின் குறுக்கே ஓர் இறங்குதுறை இருந்தது. தென்மேற்குப் பருவ மழைக் காலம் தவிர மற்ற காலங்களில் கடந்துசெல்லக்கூடியதாகவே அது இருந்தது.

ஆற்றுக்குச் செல்லும் சாலையாக வெல்ஸ் குறிப்பது இப்போதுள்ள திருவனந்தபுரம் நெடுஞ்சாலை ஆகும். இந்த நெடுஞ்சாலையில் வழிப் போக்கருக்கான சத்திரங்கள் இருந்தன. முதலாவது சத்திரம் ஞானமணியம்மாள் சத்திரம். இரண்டாவது சத்திரம் முருகன்குறிச்சியில் இப்போது டயோசின் அச்சுக்கூடம் அமைந்திருக்கும் இடத்திலிருந்த கதிர்வேல் பிள்ளை சத்திரம்.

மூன்றாவது, இப்பொழுதும் பாளை நகராட்சிக்கு எதிரே அமைந்துள்ள கோபால்பிள்ளை சத்திரம். கோட்டையின் வடக்கு வாசலையொட்டி இருந்த குடியிருப்புப் பகுதி இப்பொழுதும் வடக்குப்

படைத்தெரு என்றே அழைக்கப்படுகிறது. அதற்கும் வடக்கே வாய்க்காலின் மறுகரையில் இப்பொழுது பெரிய பாளையம் என்று அழைக்கப் படுகின்ற பகுதியில் ஒரு படைப் பிரிவு தங்கியிருந்திருக்க வேண்டும். கோட்டையின் வடக்கு வாசற் செல்வியான (காவல் தெய்வமான) முப்பிடாரி அம்மன் கோயில் வடக்குப் படைத் தெருவில் அமைந்துள்ளது.

கோட்டையின் வடக்கு வாசல் பகுதியிலிருந்து ஆற்றை நோக்கிச் செல்லும் பெருவழி தைப்பூச மண்டபத்திற்கு எதிரே முடிவடைகிறது. பரிசல்களிலும் படகுகளிலும் ஆற்றைக் கடக்கும் துறை இருந்தது. அங்கு சுலோசனா முதலியார் பாலம் 1843இல் கட்டப்பட்டது. கோட்டையில் வடக்கு வாசலிலிருந்து தூத்துக்குடி செல்லும் சாலை 1876இல் உருவாக்கப்பட்டது. கோட்டையின் உட்புறம் தெற்குப் பகுதியிலும் கிழக்குப் பகுதியிலும் (இப்போது யாதவர் தெரு, தலைமை அஞ்சலகம், சேவியர் மேல்நிலைப் பள்ளி, அப்பள்ளியின் விளையாட்டு மைதானம் ஆகியவை அமைந்த பகுதி நெருஞ்சி முள் காடாகக் கிடந்தது. உத்தேசமாக 1740இல் இராதாபுரம், நாங்குநேரி பகுதியிலிருந்து வந்த யாதவர்கள் கோட்டையின் பள்ளமான பகுதியாகவும் நெருஞ்சிக் காடாகவும் இருந்த பகுதியில் குடியேறினார்கள். கோட்டைக்குள் கீழ்மேலாக ஓடிய நீரோடையும் கோட்டையின் தெற்கு வாசலிலிருந்த இலந்தைக் குளமும் கால்நடைகளுக்கான நீராதாரமாக இருந்ததே குடியேற்றத்திற்கான காரணமாகும். கோட்டையின் தெற்கு வாசலுக்கு முன்னர் சேர, சோழ, பாண்டியர் என்னும் மூன்று அரச மரபினரின் கல்வெட்டுகள் இக்கோயிலில் கிடைத்துள்ளது, இக்கோயில் கல்வெட்டுகளின் மற்றுமொரு சிறப்பாகும். சேர நாட்டை ஆண்ட அரச மரபினர் இந்த நிலப்பகுதியைத் தங்கள் ஆதிக்கத்தில் கொண்டுவரப் பலமுறை முயன்றனர் என்பதும் வரலாற்று உண்மையாகும்.

கி.பி. 863இல் மறைந்த ஸ்ரீ மாறன் ஸ்ரீ வல்லபன் முற்பாண்டிய மன்னர்களில் ஒருவனாவான். இவனே இப்போது அழிந்துவிட்ட உக்கிரன்கோட்டையில் இருந்த ஆசூர் நாட்டுக் கோட்டையினைக் கட்டியவன். இவன் வாழ்ந்த காலத்தில் கங்கைகொண்டானுக்கும் ஸ்ரீ வல்லப மங்கலம் என்ற பெயர் இருந்துள்ளது. 11ஆம் நூற்றாண்டில் அந்த ஊர் கங்கைகொண்ட சதுர்வேதி மங்கலம் என்ற பெயர் பெற்றுள்ளது. பராந்தக வீர நாராயணனே கோட்டையினையும் கட்டியிருக்கிறான். இவனது தந்தையும் இவனது மூத்த அண்ணனான வரகுண பாண்டியனும் சைவத்தில் ஈடுபாடுடையவர்களாக இருந்தனர். அண்ணனாகிய வரகுணன், மாணிக்கவாசகர் தொடர்பால் அரச பதவியைத் துறந்த காரணத்தால் பராந்தக வீர நாராயணன் மன்னனானான்.

பாளை நகரத்துக்குத் தெற்கிலும் கிழக்கிலும் தென்கிழக்கிலும் இன்றுள்ள நகர விரிவாக்கப் பகுதிகள் 1960வரை கால்நடைகளின் மேய்ச்சல் நிலமாகவே இருந்தது. பிற்காலப் பாண்டியர் கல்வெட்டு ஒன்றில் 'ஸ்ரீ வல்லப மங்கலத்து வடபிடாகை சுந்தர பாண்டிய நல்லூர் இருக்கும் படை வீட்டில்' என்ற தொடர் காணப்படுகிறது. இப்போது வடக்குப் படைத்தெரு என்றும் பெரிய பாளையம் என்றும் அழைக்கப் பெறும் நிலப்பகுதிகளே சுந்தரபாண்டிய நல்லூர் என்று இருந்திருக்க வேண்டும். பிற்காலப் பாண்டியனான சுந்தர பாண்டியன் காலத்தில் இந்தப் படைவீடு, கோட்டையின் வடக்கு வாசலையடுத்து மணப்படை வீடு செல்லும் பாதையில் அமைந்திருப்பது குறிப்பிடத்தக்கது. படை வீடுகளும் பெரிய சந்தைகளும் பொதுவாகத் தண்ணீர் வசதியுடைய இடங்களிலேயே அக்காலத்தில் அமைக்கப்பட்டன. அந்த வகையில் சுந்தர பாண்டிய நல்லூர் படை வீடும் நாரத வாய்க்காலுக்கு வடக்கும் தெற்குமான பகுதியில் அமைந்திருக்க வேண்டும்.

பாளையங்கோட்டை சிவன் கோயிலில் ஒரு பெரிய கல்வெட்டும் பதினொரு துண்டுக் கல்வெட்டுகளும் கிடைத்துள்ளன. கிடைத்துள்ள பெரிய கல்வெட்டு, சாமி சந்நிதி கருவறை அடித்தளத்தில் உள்ளது. இக்கல்வெட்டு முதலாம் இராசராசன் காலத்தைச் சார்ந்ததென்பதனால் கி.பி.பதினொன்றாம் நூற்றாண்டின் தொடக்கப் பகுதியிலேயே இக்கோயில் இருந்திருக்க வேண்டும் என்று தோன்றுகிறது. முற்றுப் பெறாத இக்கல்வெட்டில் முதல், இறுதிப் பகுதிகளுடன் அரசன் ஆண்ட காலத்தின் குறிப்புகளும், கிடைக்கவில்லை. இக்கல்வெட்டு ஊர் மகா சபையார் காளாபிடாரியார் கோயிலுக்கு இருமாவரை அளவுள்ள நிலத்தை இறையிலியாக விற்றுக் கொடுத்த செய்தியைக் குறிப்பிடு கின்றது. இக்காலத்தே, துர்க்கை எனப்படும் உக்கிர தெய்வத்தையே அக்காலக் கல்வெட்டுகள் பிடாரியார் என்றும் காளாபிடாரியார் என்றும் குறிப்பிடுவதாகக் கருதலாம்.

வழக்கு மரபில் இக்கோயில் இறைவன் பெயர் 'திரிபுராந்தக ஈசுவரர்' ஆகும். சிவ மூர்த்தங்களில் முதலாம் இராசராசன் மிகவும் கொண்டாடியது திரிபுராந்தக மூர்த்தமாகும். சோழ, பாண்டிய, ஈழ மண்டலங்களை வென்றதனால், முப்புரம் எரித்த சிவபெருமானின் திருவிளையாடல் அவனுக்கு உவப்பாக இருந்தது போலும். அவன் கட்டிய தஞ்சைப் பெரிய கோயிலிலும் திரிபுராந்தகம் எரித்தது சிற்பங்களில் கொண்டாடப்படுகிறது. இராசராசனுக்கு முந்திய கல்வெட்டுகளில் திரிபுராந்தக மூர்த்தி 'திருவிற்கோலநாதர்' என்று குறிப்பிடப்படுகின்றார். பாளை சிவன் கோயிலில் காளாபிடாரியார் பற்றிக் குறிப்பிடும் கல்வெட்டு, சிவன் சந்நிதி கருவறை அடித்தளத்தில்

தான் காணப்படுகிறது. அக்கல்வெட்டிலேயே 'காளாபிடாரியார் கோயிலில் இந்த நிலக்கொடையைக் கல்லிலே வெட்டவும்' என்ற செய்தி காணப்படுவதால், இச்சிவன் சந்நிதியே ஒரு காலத்தில் காளாபிடாரியார் சந்நிதியாக இருந்திருக்க வேண்டும்.

பாளையங்கோட்டைக் கல்வெட்டுகளில் இக்கோட்டை குறித்தோ கோட்டையின் நட்ட நடுப்பகுதியில் அமைந்துள்ள ஆயிரத்தம்மன் குறித்தோ எந்தச் செய்தியும் இல்லை. முதலாம் இராசராசன் காலத்துக் கல்வெட்டொன்றில் (கி.பி. 1109) ஸ்ரீ வல்லப மங்கலத்து மகாமாத்திக்குத் திருநந்தாவிளக்கு வைக்கக் கொடுத்த பணக்கொடை பற்றிய குறிப்பு உள்ளது. இந்த மகாமாத்தி ஆயிரத்தம்மனாகவே இருக்க வேண்டும். பொதுவாகக் கோட்டை நட்ட நடுப்பகுதியில் கட்டப்படும் கொற்றவைக் கோயில்கள், படைவீரர்களின் வழிபாட்டிற்காக அமைக்கப் பட்டவையாகும். இக்கோயில் மூர்த்தங்கள் அபிசார மூர்த்தங்கள் எனப்படும். போருக்குச் செல்லும்முன் வீரர்களில் ஒருவர் தன் தலையை அரிந்து நவகண்டம் கொடுக்கும் வழக்கம் இருந்துள்ளது. எட்டுக் கைகளோடு அமர்ந்த கோலத்தில் காலடியில் அரக்கனுடன் கோரைப்பல் ஏற்று, சினங்கொண்ட தோற்றத்தில் இச்சிலைகள் வடிக்கப்பட்டிருக்கும். ஆயிரத்தம்மன் கோயிலுக்குள்ளும் இக்காலத்தைச் சேர்ந்த நவகண்டச் சிற்பமொன்று இன்றளவும் காணப்படுகின்றது. ஆனால் கருவறை மூர்த்தம் பிற்காலத்தில் மாற்றப்பட்டுள்ளது. அக்கோயில் அமைந்துள்ள ஆற்றங்கரை மணல்மேடு ஒரு படை வீடாகும். உக்கிரங்கோட்டையில் நட்ட நடுப்பகுதியில் அமைந்துள்ள சொக்கநாயகியம்மன் கருவறை சிற்பகம் இக்கோலத்தில் அமைந்துள்ளதை இன்றளவும் காணலாம்.

பாளையங்கோட்டையை எழுப்பித்த பராந்தக வீரநாராயணனின் தந்தை ஸ்ரீ மாறன் ஸ்ரீ வல்லபன் எழுப்பித்த கோட்டையாகும் இது. சேரர் படையெடுப்புக்கு அஞ்சியே இந்த இரு கோட்டைகளையும் தந்தையும் மகனுமான இரு மன்னர்களும் எழுப்பியிருக்க வேண்டும். ஆயிரத்தம்மன் என்ற பெயர் பெற்ற கோயில்கள் நரபலிக்குப் பதிலாக எருமைக்கடா பலியிடும் வழக்கத்திற்கு மாற்றப்பட்டு, பிற்காலத்தில் ஆட்டுக்கடா பலியிடும் வழக்கத்திற்கு வந்துள்ளன.

கோட்டைக்குள் நீராதாரமாக சிவன் கோயில் தெப்பக்குளமும் இப்போதுள்ள இராமர் கோயில் தெப்பக்குளமும் அமைந்திருந்தன. ஆவணக் குறிப்புகளிலிருந்து ஆயிரத்தம்மன் கோயிலுக்கு முன் ஒரு சிறுகுளம் (இப்போது தூர்க்கப்பட்டுவிட்டது) அமைந்திருந்ததாகத் தெரிகிறது. கோட்டை நகரத்துக்குள் சில மண்டபங்களும் அமைந் திருந்தன. சிவன் கோயிலுக்குக் கிழக்கேயுள்ள பகுதி பிச்சிவனம் எனப்பட்டது. கோபாலசாமிக் கோயிலுக்கு வடமேற்குப் பகுதியில்

செண்பகவனம் என்ற நந்தவனம் இருந்ததாகத் தெரிகிறது. கோட்டையின் வெளிப்புறத்தில் இப்போது புதுப்பேட்டைத் தெரு அமைந்துள்ள இடத்தில் முல்லைவனம் அமைந்திருந்தது.

கி.பி.1195இல் இருந்த ஸ்ரீ வீரபாண்டியனின் இருபதாம் ஆட்சியாண்டுக் கல்வெட்டு திருமஞ்சனத்திற்காக விடப்பட்ட நிலம் குறித்துப் பேசுகின்றது. இந்நிலம் அழகப்பட்டர் என்பவர் பெயரால் வழங்கப்பட்டுள்ளது. இதே அழகப்பட்டர் என்ற பெயருடையவருக்கு வேதமும் புராணமும் வாசிக்கப் பலரிடம் விலைக்கு வாங்கி நிலம் தானமாக வழங்கப்பட்ட செய்தியினைக் குலசேகரன் பாண்டியன் கல்வெட்டும் (1268 கி.பி) குறிப்பிடுகின்றது. இதன் பின்னர் பிற்காலப் பாண்டியர் கல்வெட்டு ஏதும் இக்கோயிலில் காணப்படவில்லை.

காலங்காலமாக இந்நிலப் பகுதியின் மேல் கண்வைத்திருந்த வேணாட்டு மன்னர்கள் பதினாறாம் நூற்றாண்டின் தொடக்கப் பகுதியில் இந்நிலப்பகுதியைக் கையகப்படுத்தினர். நாங்குநேரி வட்டம் களக்காட்டில் கோட்டை ஒன்றினையும் கட்டினர். குற்றாலம், தென்காசி, திருப்புடை மருதூர், திருநெல்வேலி, ஆழ்வார்திருநகரி, மணப்படை வீடு ஆகிய ஊர்க் கல்வெட்டுகளில் இந்த வேணாட்டு மன்னர்கள் குறிப்பிடப்படுகின்றனர். இவர்களுள் முதலாம் மன்னனான 'வென்று மண் கொண்ட பூதல வீர உதயமார்த்தாண்ட'னின் கல்வெட்டுகள் முக்கியமானவை. இம் மன்னனது கி.பி 1531ஐச் சார்ந்த (சகம் 1453, கொல்லம் 706) கல்வெட்டு கோபாலசாமி கோயிலில் காணப்படுகின்றது. இவன் காலத்தில் மலை மண்டலத்து (தென் கேரளம்) இரவி நல்லூர் வடவாற்று அய்யப்பன் மார்த்தாண்டன் என்பவன் பன்னிரண்டு பிராமணர்களுக்கு உணவூட்ட நிலம் வழங்கிய செய்தி காணப்படுகின்றது.

இம்மன்னனே கருவறை அதிட்டானத்திற்கு (கருங்கல் தளத்திற்கு) மேலுள்ள கோயில் கட்டடப் பகுதியினை மீண்டும் பிரித்துக் கட்டியுள்ளான்.

இப்பொழுது உற்சவருக்கு முன்னுள்ள மகாமண்டபத்தையும் இவனே கட்டியுள்ளான். இம்மண்டபத்தின் உட்புறத்தில், தூண்களுக்கு மேலாக அமைந்த கேரள பாணிச் சிற்பங்களே இதற்குச் சான்றாகும். நெல்லை மாவட்டத்தின் பெரும்பாலான கோயில்களில் ஏற்படுத்தப் பட்டுள்ள 'உதயமார்த்தாண்டன் சந்தி' என்ற பூசை இவனது பெயரால் ஏற்படுத்தப்பட்டதாகும். கி.பி.1550இல் எழுந்த ஒரு கல்வெட்டு பெருமாள் உடையவன் நாயனார் என்பவனுக்குக் கணக்கெழுதும்

உரிமை வழங்கிய செய்தியினைக் குறிப்பிடுகின்றது. இக்கல்வெட்டில் தான் முதன்முறையாக அழகிய மன்னார் கோயில் என்ற பெயர் காணப்படுகின்றது.

அத்துடன் விருந்தாவன ஆழ்வார் கோயில், வேதநாயகப் பெருமாள் கோயில் என்ற இரண்டு சந்நிதிகளும் சுட்டப்படுகின்றன. இவற்றுள் வேதநாயகப் பெருமாள் சந்நிதி, இப்பொழுது வேத நாராணப் பெருமாள் சந்நிதி எனக் குறிக்கப்படுகிறது. பிற்காலப் பாண்டியர் காலத்திற்குப் பின் கோயிலுக்குள் அமைந்த நந்தவனங்களில் 'விருந்தாவன (பிருந்தாவன) ஆழ்வார்' சந்நிதியை உருவாக்கும் வழக்கம் இருந்திருக்கிறது. அதன்படியே இக்கோயிலுக்குள்ளும் நந்தவனத்தில் இப்பெயரோடு ஒரு கோயில் இருந்து அழிந்திருக்க வேண்டும்.

வீர நாராயணன் என்ற பெயரே, பதினாறாம் நூற்றாண்டின் தொடக்கப் பகுதியில் இந்நிலப் பகுதியைக் கைப்பற்றிய வேணாட்டு உதய மார்த்தாண்டவர்மனால் வேத நாராயணன் என்று மாற்றப் பட்டுள்ளது. கி.பி. 1000, 1007, 1008, 1009 ஆகிய ஆண்டுகளில் எழுந்த முதலாம் இராசராசனின் கல்வெட்டுகள் இக்கோயிலை ஸ்ரீ வல்லப மங்கலத்து வீரநாராயண விண்ணகரம் என்றே குறிப்பிடுகின்றது. பிற்காலப் பாண்டியர், பிற்காலச் சோழர் ஆகியோரின் கல்வெட்டுகளும் தொடர்ச்சியாக இக்கோயிலில் காணப்படவில்லை. பிற்காலப் பாண்டியர்களில் முதலாம் விக்கிரம பாண்டியனின் ஐந்தாம் ஆட்சியாண்டுக் (கி.பி. 1223) கல்வெட்டு இக்கோயிலில் காணப் படுகின்றது.

சில துளிச் செய்திகள்

நெல்லை மாவட்டத்தின் நடுப்பகுதியில் அமைந்துள்ள ஊர் பாளையங்கோட்டை. இதன் மழை அளவு மிகக்குறைவு. ஆண்டிற்கு 752 மி.மீ. மட்டுமே. இதன் கோடைக்கால அதிகபட்ச வெப்ப அளவு 106 டிகிரி ஃபாரன்ஹீட். இந்நகரம் நிலக்குறுங்கோட்டின் 8.741222இலும் நிலநெடுங்கோட்டின் 77.694626இலும் அமைந்துள்ளது. 2017இல் இதன் மக்கள்தொகை 473.637 இலட்சம் ஆகும்.

OOO

பத்தாம் நூற்றாண்டுக் கல்வெட்டொன்றில் பாளை நகரம் கீழ் களக்கூற்றத்து ஸ்ரீவல்லபமங்கலம் எனக் குறிப்பிடப்படுகின்றது. இதுவே பாளை நகரத்தின் பழைய பெயராகும்.

முதலாம் இராசராசன் கல்வெட்டில் தாமிரபரணி ஆறு தண் பொருந்தம் என்று குறிக்கப்பட்டுள்ளது. அதுபோல, மூளிக்குளம் திருவரங்கநேரி எனவும் பாளையங்கால்வாய், நாரத வாய்க்கால் எனவும் குறிப்பிடப்பட்டுள்ளன. இக்கல்வெட்டு பாளை கோபாலசாமி கோயிலில் உள்ளது. இதன் காலம் கி.பி. 12ஆம் நூற்றாண்டின் தொடக்கப் பகுதியாகும்.

ஆங்கிலேயர் ஆட்சிக் காலத்தில், இது ஜமீன் பாளையம் அல்ல, சர்க்கார் பாளையம் என்பதனைக் குறிப்பிட்டு, இங்கிருந்த கோட்டையினை அடையாளப்படுத்திப் பாளையங்கோட்டை என்ற பெயர் உருவானது. ஆங்கிலேயர் ஆட்சிக் காலத்தில் ஏற்பட்ட பெயராகும் இது.

OOO

1862இல் கொக்கிரகுளம், வண்ணாரப்பேட்டை, முருகன் குறிச்சி ஆகிய பகுதிகளை இணைத்துப் பாளையங்கோட்டை நகராட்சி உருவாக்கப்பட்டது. அப்போது அதன் மக்கள்தொகை இருபதாயிரம் மட்டுமே. 1923வரை பாளை நகராட்சி சேவியர் உயர்நிலைப் பள்ளிக்கு நேர் எதிரில் ரெங்கசாமிக் கோனார் வீட்டில் வாடகைக்கு இயங்கி வந்துள்ளது.

1899இல் வின்கிலேயர் என்ற ஆங்கிலேயர் பாளை நகராட்சியின் தலைவராக நியமிக்கப்பட்டார். அவர் இந்துக் கல்லூரியில் பேராசிரியராக இருந்தவர். அவர் சைக்கிள் அலவன்சாக மாதம் ஒன்றிற்கு ஒரு ரூபாய் பெற்று வந்துள்ளார்.

பாளை நகராட்சியில் நெடுங்காலம் (பதினான்கு ஆண்டுகள்) தலைவராக இருந்தவர் எம்.எஸ். மகராஜபிள்ளை. பாளை நகராட்சியின் கடைசித் தலைவர் சுப.சீதாராமன்.

1787இல் கிறித்தவ மத போதகர்களின் பிள்ளைகளுக்காகப் பாளையங்கோட்டையில் கிளோரிந்தா அம்மையார், முதல் பள்ளியைத் தொடங்கினார். 1890இல் ஆனி ஜேம்ஸ் ஆஸ்க்வித் ஃப்ளாரன்ஸ் ஸ்வயின்சன் அம்மையார், கண் தெரியாதோர் பள்ளியைத் தொடங்கினார். 1892இல் ஃப்ளோரன்ஸ் ஸ்வைன்சன் அம்மையார், காது கேளாதோர் பள்ளியைத் தொடங்கினார். 1858இல் சாராள் டக்கர் பள்ளியோடு சேர்த்து ஆசிரியர் பள்ளியும் தொடங்கப்பட்டது. 1928இல் யோவான் கல்லூரி திருநெல்வேலி நகரத்திலிருந்து பாளையங்கோட்டைக்கு மாற்றப்பட்டது. அதன் முதல் முதல்வர் சாப்டர் ஆவார்.

1863இல்தான் சேவியர் உயர்நிலைப் பள்ளி உருவாக்கப்பட்டது. பெரும்பான்மை மக்களின் மதமாற்ற அச்சத்தினைத் தவிர்ப்பதற்காக முதல் தலைமையாசிரியராக இராமலிங்கம் பிள்ளை என்பவர் நியமிக்கப்பட்டார்.

1898இல் தென்னிந்தியத் திருச்சபையின் நூற்றாண்டு விழா கொண்டாடப்பட்டது. பாளை நூற்றாண்டு மண்டபத்திற்கு அடிக்கல் நாட்டப்பட்டது. அதே ஆண்டில் அல்போன்ஸ் சகோதரிகள் அளித்த இருபதினாயிரம் ரூபாய் நன்கொடையில் அல்போன்ஸ் நினைவுப் பள்ளி தொடங்கப்பட்டது.

1965 ஆங்கில முறை மருத்துவக் கல்லூரியும் 1966இல் சித்த மருத்துவக் கல்லூரியும் தொடங்கப்பட்டன.

OOO

1849இல் தென்னிந்தியத் திருச்சபையிலிருந்து நற்போதகம் என்ற இதழ் தொடங்கப்பட்டது. இன்றளவும் அது வெளிவந்துகொண்டிருக்கிறது.

1904இல் கண் தெரியாதோர்களுக்காக யோவான் எழுதிய சுவிசேஷம் தமிழ் ப்ரெய்லி எழுத்தில் பாளையில் வெளியிடப்பட்டது.

பாளையில் சைவசபை என்னும் அமைப்பு 1883 முதல் இயங்கி வருகிறது. சென்னை மாகாணத் தமிழ்ச் சங்கம் 1934 முதல் அரசு ஆதரவுடன் பாளையில் இயங்கிவருகிறது.

OOO

1876இல் ஏற்பட்ட தாது வருட பஞ்சத்தின்போது ஆங்கிலேய அரசு, கைக்குழந்தைகளுக்கு இலவசமாகப் பால் வழங்கியது. இந்தக் கட்டடம் இன்றளவும் பாலாஸ்பத்திரி என அழைக்கப்படுகிறது.

1869இல் தாமிரபரணியில் ஏற்பட்ட பெருவெள்ளம் முருகன் குறிச்சிவரை எட்டிப் பார்த்தது. இதில் கதீட்ரல் தேவாலயத்தின் முன்மண்டபம் இடிந்து விழுந்தது.

☆ ☆ ☆